സൂര്യൻ കഥകൾ

INSIGHT PUBLICA

Nadakkavu, Kozhikode, Kerala, 673011
www.insightpublica.com
e-mail: insightpublica@gmail.com
Title: **Suryan Kathakal**
Translated & Retold by **P.K.N. Panicker**
(Malayalam)
First Edition: July 2022
Book Design: kjvj@insight

Printed and Published by
InsightinPublica Printers & Publishers Pvt. Ltd.
ISBN 978-93-5517-309-6

സൂര്യൻ കഥകൾ

പുരാണകഥകളും നാടോടിക്കഥകളും

പി.കെ.എൻ.പണിക്കർ

INSIGHT PUBLICA®

1935-ൽ കവിയൂരിൽ ജനനം. കവിയൂർ എൻ. എസ്. എസ്. ഹൈസ്കൂൾ, ചങ്ങനാശ്ശേരി എൻ.എസ്.എസ് കോളേജ്, ബനാറസ് ഹിന്ദു യൂണിവേഴ്സിറ്റി (കെമിക്കൽ എൻജിനീയറിംഗ്) എന്നിവിടങ്ങളിൽ വിദ്യാഭ്യാസം. ഇന്ത്യൻ ഇൻസ്റ്റിറ്റ്യൂട്ട് ഓഫ് കെമിക്കൽ എൻജിനീയേഴ്സിന്റെ പ്രസിഡന്റായിരുന്നു. മദിരാശി കേരള സമാജത്തിന്റെയും കെമിക്കൽ ഇൻഡസ്ട്രീസ് അസോസിയേഷന്റെയും.

കൃതികൾ - ഇംഗ്ലീഷ്: Our Earth, Our Environment, Swami Vivekananda, Random Reflections (Poems), Insight (Poems), Ultimate Triumph (Poems) Without Borders (Poems), The Last Farewell (Poems), Selected Poems of A. Ayyappan, Selected Poems of Vailoppilli Sreedhara Menon, Selected Poems of Akkitham, Selected Poems of 'P', Selected Poems of Vishnunarayanan Namboodiri, Selected Poems of Sugathakumari, Luminescence of Silence - by Sebastian and 25 poems of A. Ayyappan. (All English Translations).

കൃതികൾ - മലയാളം: ആൽക്കഹോൾ, ലോഹങ്ങളുടെ ലോകം, പല മുഖങ്ങൾ (ഏകാങ്കങ്ങൾ), സ്വപ്നങ്ങൾ (കവിത), അതിരുകൾക്കപ്പുറം (കവിത), ആഫ്രിക്കൻ നാടോടിക്കഥകൾ, ഏഷ്യൻ ആഫ്രിക്കൻ നാടോടിക്കഥകൾ, അമേരിക്കൻ നാടോടിക്കഥകൾ, കൊറിയൻ നാടോടിക്കഥകൾ, ആഫ്രിക്കൻ ഏഷ്യൻ നാടോടിക്കഥകൾ, അമേരിക്കൻ ഭൂഖണ്ഡത്തിൽ നിന്ന് 16 നാടോടിക്കഥകൾ, ഏഷ്യൻ നാടോടിക്കഥകൾ, ജപ്പാനീസ് നാടോടിക്കഥകൾ, ചൈനീസ് നാടോടിക്കഥകൾ, ഐറിഷ് നാടോടിക്കഥകൾ, ഓസ്ട്രേലിയൻ നാടോടിക്കഥകൾ, സ്പാനിഷ് നാടോടിക്കഥകൾ, സ്കോട്ടിഷ് നാടോടിക്കഥകൾ, പേർഷ്യൻ നാടോടിക്കഥകൾ

E-mail: pknpanicker@gmail.com

പി.കെ.എൻ പണിക്കർ

ആമുഖം

ഓരോ സമൂഹത്തിന്റെയും വിവിധ കാലഘട്ടങ്ങളിൽ ഉണ്ടായിട്ടുള്ള സാംസ്കാരിക വളർച്ചയുടെയും ചരിത്രപരമായോ സാമൂഹികമായോ ഉണ്ടായ സംഘർഷങ്ങളുടെയും സംഘട്ടനങ്ങളുടെയും അതാത് ജനസമൂഹത്തിന്റെ പ്രകൃതിയോടും മറ്റു ജീവജാലങ്ങളോടും ഉണ്ടായിരുന്ന ബന്ധങ്ങളുടെയും മുഖമുദ്രകളാണ് നാടോടിക്കഥകളും പുരാണകഥകളും എന്നു പറയാം. എല്ലാ ദേശങ്ങളിലും അവരവരുടെ തനിമ നിറഞ്ഞ ധാരാളം കഥകൾ പ്രചാരത്തിലുണ്ട്. ഇത്തരം കഥകൾ ശേഖരിച്ച് മറ്റു ഭാഷകളിലേക്ക് ഭാഷാന്തരം ചെയ്ത് പ്രസിദ്ധീകരിക്കുന്നത് സംസ്കാരങ്ങളുടെ വളർച്ചയ്ക്കും പരസ്പര പൂരണത്തിനും പ്രയോജനപ്പെടുന്നു. ഇംഗ്ലീഷ് ഭാഷയിലാണ് മറ്റു ഭാഷകളിൽനിന്ന് സ്വീകരിക്കപ്പെട്ട നാടോടിക്കഥകൾ ധാരാളമായി ഉള്ളത്. പരിഷ്കൃതരായിക്കഴിഞ്ഞിട്ടില്ലാത്ത ജനസമൂഹങ്ങളുമായി ബന്ധപ്പെട്ട് ഇത്തരം കഥകൾ - പ്രത്യേകിച്ച് വാമൊഴികളിൽക്കൂടി മാത്രം പ്രചാരത്തിലുണ്ടായിരുന്ന ധാരാളം കഥകൾ- ശേഖരിക്കുവാനും ഇംഗ്ലീഷിലേക്ക് പരിഭാഷപ്പെടുത്തി പ്രസിദ്ധീകരിക്കുവാനും ഇംഗ്ലീഷ് ഭാഷാപ്രേമികൾക്ക് കഴിഞ്ഞിട്ടുണ്ട്.

ഈ സമാഹാരത്തിൽ ഉൾപ്പെടുത്തിയിട്ടുള്ള എല്ലാ കഥകളും സൂര്യനുമായി ബന്ധപ്പെട്ടവയാണ്. ഇതിലുള്ള കഥകൾ ഇംഗ്ലീഷിൽ നിന്നും മലയാളത്തിലേക്ക് പുനരാഖ്യാനം ചെയ്യപ്പെട്ടവയാണ്. നമ്മുടെ വായനക്കാർക്ക്, പ്രത്യേകിച്ചും കുട്ടികൾക്ക് ആസ്വാദ്യകരമാകുന്ന രീതിയിൽ ചെറിയ പാഠഭേദങ്ങൾ വരുത്തിക്കൊണ്ടും ഒരു സംഭാഷണരീതി അവലംബിച്ചുകൊണ്ടും തയ്യാറാക്കിയ ഒരു പുനരാഖ്യാനമാണ് നിങ്ങളുടെ മുമ്പിൽ സമർപ്പിക്കുന്നത്.

ഇതിനുമുമ്പ് വിവിധ ഭൂഖണ്ഡങ്ങളിൽനിന്നുള്ള 178 കഥകൾ, 16 വാല്യങ്ങളിലായി വിവിധ പ്രസാധകർ മുഖേന മലയാളത്തിൽ പ്രസിദ്ധീകരിക്കാൻ കഴിഞ്ഞു എന്നതിലും അവയ്ക്ക് വായനക്കാരിൽനിന്നും കിട്ടിയ സ്വീകരണം തൃപ്തികരമായിരുന്നു എന്നതിലും സന്തോഷമുണ്ട്.

പുനരാഖ്യാനം ചെയ്ത കഥകൾ വായിച്ചു കേൾക്കുകയും നമ്മുടെ കുട്ടികളുടെ സംസ്കാരത്തിനും അഭിരുചിക്കും ഇണങ്ങുന്ന ചില പാഠഭേദങ്ങൾ നിർദ്ദേശിക്കുകയും ചെയ്ത് എല്ലാവിധ സഹകരണങ്ങളും നല്കിയ ഭാര്യയും സ്നേഹിതയുമായ ലീലാനരേന്ദ്രനോടുള്ള കടപ്പാട് രേഖപ്പെടുത്തുന്നു.

ഈ സമാഹാരം നല്ല നിലയിൽ പ്രസിദ്ധീകരിക്കാൻ സന്മനസ്സുകാണിച്ച ഇൻസൈറ്റ് പബ്ലിക്കയ്ക്കും എന്റെ കടപ്പാട് രേഖപ്പെടുത്തുന്നു.

ഈ സമാഹാരം മലയാളഭാഷയ്ക്ക് ഒരു മുതൽക്കൂട്ടായി അംഗീകരിക്കപ്പെടുമെങ്കിൽ എന്റെ ശ്രമം വിജയിച്ചു എന്ന് അഭിമാനിക്കുകയും ഇതേരീതിയിൽ കുറേ കഥകൾകൂടി മലയാളത്തിലേക്ക് പുനരാഖ്യാനം ചെയ്ത് പ്രസിദ്ധീകരിക്കാനുള്ള എന്റെ ശ്രമം തുടരുകയും ചെയ്യും.

പി.കെ.എൻ.പണിക്കർ

സൂര്യൻ

സൂര്യനെക്കുറിച്ച് നിങ്ങൾക്ക് എന്തറിയാം. പലതും എന്നായിരിക്കുകയില്ലേ നിങ്ങളുടെ മറുപടി. എല്ലാം അറിയാം എന്ന് നമുക്കാർക്കും ഇന്നും പറയാൻ കഴിയുകയില്ല എന്നതല്ലേ സത്യം. അപ്പോൾ 5000മോ 6000മോ വർഷങ്ങൾക്കുമുമ്പ് ജീവിച്ചിരുന്നവരുടെ സൂര്യനെക്കുറിച്ചുള്ള അറിവ് തികച്ചും പരിമിതമായിരുന്നു എന്നതിൽ സംശയിക്കേണ്ടതില്ലല്ലോ. എങ്കിലും ആ കാലഘട്ടങ്ങളിലും നമ്മുടെ പൂർവ്വികർ സൂര്യനെക്കുറിച്ച് കൂടുതൽ അറിയാനും പഠിക്കാനും ശ്രമിച്ചു എന്നത് നാം അഭിമാനത്തോടെ ഓർക്കേണ്ടതായുണ്ട്. ആദ്യമാദ്യം അത്തരം അറിവുകൾ ചെറിയ ചെറിയ കഥകളിൽക്കൂടിയും മറ്റും അവർ മറ്റുള്ളവർക്ക് കൈമാറാൻ ശ്രമിച്ചിരുന്നു എന്നതും നാം അംഗീകരിക്കേണ്ടതായുണ്ട്. അത്തരം കഥകൾ മനുഷ്യർ ജീവിച്ചുവളർന്ന എല്ലാ നാടുകളിലും ഒന്നല്ലെങ്കിൽ മറ്റൊരു രൂപത്തിൽ പ്രചാരത്തിലുണ്ടായിരുന്നു. അവ തേടിക്കണ്ടുപിടിച്ച് പുസ്തകരൂപത്തിൽ പ്രസിദ്ധീകരിക്കാൻ പലരും ശ്രമം നടത്തിയിട്ടുണ്ട്. അങ്ങനെയുള്ള പല പുസ്തകങ്ങളിൽനിന്നും തിരഞ്ഞെടുത്ത കുറേ കഥകളാണ് ഇവിടെ അവതരിപ്പിക്കുന്നത്. കഥകളുടെ ശാസ്ത്രീയമായ ശരിതെറ്റുകളേക്കുറിച്ച് ചിന്തിക്കാതെ കഥകൾ രൂപംകൊണ്ട പരിസ്ഥിതികളിൽ അന്നത്തേ മനുഷ്യരുടെ അറിവിന്റേയും ഭാവനയുടേയും വളർച്ച ഒരളവുവരെ കാട്ടിത്തരുന്നവയാണ് എന്നു മാത്രം മനസ്സിലാക്കണം.

കഥകളിലേക്ക് കടക്കുന്നതിനുമുൻപ് നമുക്ക് സൂര്യനേക്കുറിച്ച് ഇന്ന് എന്തൊക്കെയാണ് അറിയാവുന്നതെന്ന് മനസ്സിലാക്കാൻ ഒരു ശ്രമം നടത്താം.

ആധുനിക ശാസ്ത്രം പറയുന്നത് നമ്മുടെ സൂര്യൻ ജനിച്ചത് ഏതാണ്ട് 4.6 ബില്യൺ (46 000 000 00)വർഷങ്ങൾക്ക് മുമ്പായിരിക്കും എന്നാണ്. എന്നു മാത്രമല്ല ഈ സൂര്യൻ നിൽക്കുന്ന പ്രപഞ്ചം (Universe). നമ്മുടെ സൂര്യനെപ്പോലെ വളരെയധികം സൂര്യന്മാരെ ഉൾക്കൊള്ളുന്ന ഒന്നാം തലമുറ (Population 1) താരസമൂഹവും (Galaxy) അതുപോലെ രണ്ടാം തലമുറയും (Population 2) മൂന്നാം തലമുറയും(Population 3) താരസമൂഹങ്ങൾ ഉൾക്കൊള്ളുന്നതും ആണെന്ന് ശാസ്ത്രജ്ഞന്മാർ പറയുന്നു. ചിന്തിക്കുമ്പോൾ നമ്മുടെ ആകാശഗംഗ (Milkyway) എന്ന പേരിൽ അറിയപ്പെടുന്ന താരസമൂഹവും നമ്മുടെ സൂര്യൻ നിലകൊള്ളുന്ന സൗരയൂഥവും (Solar system സൂര്യകുടുംബം) നമ്മുടെ സൂര്യൻ തന്നെയും താരതമ്യേന പ്രായം കുറഞ്ഞവരാണെന്ന് മനസിലാകും. നമ്മുടെ സൂര്യനും സൂര്യനെ ആധാരമാക്കി നിലകൊള്ളുന്ന ഒരു കുടുംബവുമാണ് നമ്മുടെ സൗരയൂഥം. ഇതേപോലെയുള്ള അനേകമനേകം സൗരയൂഥ ങ്ങൾ ഉൾക്കൊള്ളുന്നതാണ് ഒരു താരസമൂഹം. ആകാശഗംഗ എന്ന നമ്മുടെ താരസമൂഹവും. നമ്മുടെ താരസമൂഹത്തിലെ മറ്റ് സൂര്യന്മാരെ നാം കാണുന്നതും മനസ്സിലാക്കുന്നതും ഓരോ നക്ഷത്രങ്ങളായിട്ടാണ്. ഇത് പറയുമ്പോൾ നിങ്ങളുടെ മനസ്സിൽ പല ചോദ്യങ്ങളും ഉണ്ടായെന്ന് വരാം. സൂര്യനും നക്ഷത്രവും തമ്മിലുള്ള വ്യത്യാസങ്ങൾ എന്തൊക്കെയാ ണെന്ന് തുടങ്ങി പല ചോദ്യങ്ങളും.

പലകോടി സൂര്യന്മാരും അത്തരം കോടികോടി സൂര്യന്മാരെ ചുറ്റി പ്ര ദക്ഷിണം ചെയ്തുകൊണ്ടിരിക്കുന്ന ഗ്രഹങ്ങളും അവയ്ക്കെല്ലാം നടുവിൽ പരന്നുകിടക്കുന്ന ബഹിരാകാശവും എല്ലാം ചേർന്നതാണ് പ്രപഞ്ചം. (Universe-ന്റെ മറ്റു പേരുകൾ- ബ്രഹ്മാണ്ഡം, ജഗത്, വിശ്വം) മേഘസ ദൃശമായ ഒരു വളരെ വലിയ പൊടിപടല- വാതകസമുച്ചയത്തിന്റെ (Solar nebula) പെട്ടെന്നുണ്ടായ വികാസത്തിന്റെ ഫലമായി ഉണ്ടായ താണ് നാം കാണുന്നതും കാണാത്തതുമായ എല്ലാ താരസമൂഹങ്ങളും, സൂര്യന്മാരും, നക്ഷത്രങ്ങളുമെല്ലാം എന്നാണ് പല ശാസ്ത്രജ്ഞമാരുടേയും അഭിപ്രായം.

പ്രകാശിച്ചുനിൽക്കുന്ന സൂര്യനെ നോക്കുമ്പോൾ സൂര്യൻ വെളുത്ത താണെന്ന തോന്നൽ നമുക്കുണ്ടാകുമെങ്കിലും സൂര്യൻ എല്ലാ നിറങ്ങളും ഉൾകൊള്ളുന്നു എന്നതാണ് സത്യം. സൂര്യൻ ഭൂമിയിൽനിന്നും എത്രദൂര ത്താണ് എന്ന് കൃത്യമായി പറയാൻ കഴിയുകയില്ല. സൂര്യൻ ഏതാണ്ട് പൂർണ ഗോളാകൃതിയിലും ഭൂമി അണ്ഡാകൃതിയിലുമാണ്. അതുകൊണ്ട് ഭൂമിയുടെ ഏതുഭാഗത്താണ് നാം നിൽക്കുന്നത് എന്നതിനെ ആശ്രയി ച്ച് സൂര്യൻ നമ്മിൽനിന്നും 147 മുതൽ 152 വരെ മില്ല്യൻ കിലോമീറ്റർ

ഭൂമിയും മറ്റു ഗ്രഹങ്ങളും

ഗ്രഹം Planet	സൂര്യനിൽനിന്ന് ദൂരം കിലോമീറ്റർ	ഒരു പ്രദിക്ഷണത്തിനു വേണ്ട സമയം	എത്ര ചന്ദ്രന്മാർ	വിസ്തൃതി ചതുരശ്ര കി.മി	വ്യാസം കിലോമീറ്റർ
1. ബുധൻ (Mercury)	57,900,227	88 ദിവസങ്ങൾ	-	74.8	4,880
2. ശുക്രൻ (Venus)	108,209,475	225 ദിവസങ്ങൾ	-	460.2	12,104
3. ഭൂമി (Earth)	149,598,262	365.24 ദിവസങ്ങൾ	1	510.1	12,742
4. ചൊവ്വ (Mars)	227,943,824	1.9 വർഷങ്ങൾ	21	144.8	6,780
5. വ്യാഴം (ഗുരു) (Jupiter)	778,340,821	11.9 വർഷങ്ങൾ	79	6142.0	139,822
6. ശനി (Saturn)	1,426,666,422	29.5 വർഷങ്ങൾ	82	4270.0	116,464
7. യുറാനസ് (Uranus)	2,870,658,186	84 വർഷങ്ങൾ	27	808.3	50,724
8. നെപ്ട്യൂൺ (Neptune)	4,498,396,441	164.8 വർഷങ്ങൾ	14	761.8	49,244
9. പ്ലൂട്ടോ (Pluto)	5,874,000,000	248 വർഷങ്ങൾ	5	16.7	2,376

കുറിപ്പ്: ഈ പട്ടികയിൽ വളരെ ചെറിയവ് എന്ന് കരുതപ്പെടുന്ന നാല് ഗ്രഹങ്ങൾ (Ceres, Haumea, Makemake, Eris) ചേർത്തിട്ടില്ല.

(150,000,000) ദൂരത്തിലാണെന്ന് പറഞ്ഞാൽ തെറ്റാവില്ല. പ്രകാശരശ്മി തരംഗങ്ങൾ ഒരു സെക്കണ്ടിൽ 300000 കിലോമീറ്റർ വേഗത്തിലാണ് യാത്ര ചെയ്യുന്നത്. അതുകൊണ്ട് സൂര്യനിൽനിന്ന് വെളിച്ചം ഭൂമിയിലെത്താൻ ഏതാണ്ട് 500 സെക്കണ്ട് സമയമെടുക്കുന്നു. സൂര്യന്റെ ഉപരിതലത്തിൽ ചൂട് 5500^0C ക്കടുത്താണ്-താരതമ്മ്യത്തിനായി നമ്മുടെ വെള്ളം തിളയ്ക്കുന്നത് 100^0C -ലാണെന്ന് ഓർക്കുക- തിളപ്പിക്കാൻ ഉപയോഗിക്കുന്ന ഗ്യാസ് അടുപ്പിന്റെ ചൂട് ഏതാണ്ട് 1900^0C നടുത്തായിരിക്കും.

അതുപോലെ സൂര്യനുമായി താരതമ്യപ്പെടുത്തുമ്പോൾ നമ്മുടെ ഭൂമി (ബ്രഹത്-വലുത് എന്നെല്ലാം നാം പറയുന്ന നമ്മുടെ വിശാലമായി പരന്നുകിടക്കുന്ന ഭൂമി) വളരെ ചെറുതാണെന്ന് നമുക്ക് മനസ്സിലാകും.

നമ്മുടെ സൂര്യനെ ചുറ്റി പ്രദക്ഷിണം ചെയ്യുന്ന ഗ്രഹങ്ങളേക്കുറിച്ച് ചില വിവരങ്ങൾ നൽകുന്ന ഒരു പട്ടിക കൊടുക്കുന്നു (പടം 1). പതിമൂന്ന് (ചിലരുടെ അഭിപ്രായത്തിൽ പതിനഞ്ച്) ഗ്രഹങ്ങളും 171 ചന്ദ്രന്മാരും (Moons) നമ്മുടെ സൂര്യകുടുംബത്തിൽ അംഗങ്ങളായുണ്ടെന്ന് കണക്കാക്കുന്നു. പതിനഞ്ച് ഗ്രഹങ്ങളിൽ ഒന്നാണ് നമ്മുടെ ഭൂമി ഒരേയൊരു ചന്ദ്രനും സൂര്യനും ഭൂമിയും മറ്റ് ഗ്രഹങ്ങളും തമ്മിൽ വലുപ്പ വ്യത്യാസങ്ങൾ മനസ്സിലാക്കാൻ ഉപകരിക്കുന്ന ഒരു പടവും കൊടുക്കുന്നു. വലുപ്പം ഏതാണ്ട് അനുപാതികമായി ശരിയാണെങ്കിലും സൂര്യനിൽ നിന്നുള്ള ദൂരം അനുപാതികമായിട്ടല്ല പടത്തിൽ കാണിച്ചിരിക്കുന്നത് എന്നും മനസ്സിലാക്കണം. ഭൂമിയോട് തൊട്ടടുത്ത് കാണുന്ന ഒരു ചെറിയ കുത്ത് നമ്മുടെ ചന്ദ്രനേയാണ് കാണിക്കുന്നത്.

സൂര്യന്റെ പിണ്ഡത്തിന്റെ (Mass) 70 ശതമാനം ഹൈഡ്രജൻ വാതകവും 28 ശതമാനം ഹീലിയം വാതകവുമാണ്. ഇതിൽ ഹൈഡ്രജൻ തുടർച്ചയായി എരിഞ്ഞുകൊണ്ടിരിക്കുന്നു- എരിഞ്ഞ് ഹീലിയമായി രൂപാന്തരപ്പെടുന്നു- ഇങ്ങനെ നിരന്തരമായി നടന്നുകൊണ്ടിരിക്കുന്ന രൂപാന്തരം അണുസംയോജനപ്രക്രിയ അല്ലെങ്കിൽ 'അറ്റോമിക് ഫ്യൂഷൻ' (Atomic fusion) എന്ന പേരിൽ അറിയപ്പെടുന്നു. ഈ പ്രക്രിയ കാരണമാണ് സൂര്യന്റെ താപനില ഇത്രയധികം ഉയർന്ന് തുടരുന്നതും സൂര്യന് നമ്മുടേതുൾപ്പെടെ മറ്റ് ഗ്രഹങ്ങൾക്കും ഊർജ്ജം പകർന്നുനൽകാൻ കഴിയുന്നതും. അതുകൊണ്ടുതന്നെ സൂര്യന് എത്രനാൾ ഊർജ്ജം തന്ന് നമ്മെ ഭൂമിയിൽ നിലനിർത്താനാകും എന്നതും ന്യായമായ ഒരു ചോദ്യമാണ്. ശാസ്ത്രജ്ഞന്മാരുടെ അഭിപ്രായം ഇനി ഒരു 5 ബില്ല്യൻ (5000000000-$5x10^9$) വർഷങ്ങൾക്കൂടി സൂര്യൻ ഇതേപോലെ തന്നെ ഉണ്ടാകുമെന്നാണ്. അതിനുശേഷം എന്തു സംഭവിക്കുമെന്നതും അവർ പ്രവചിക്കുന്നുണ്ടെങ്കിലും നാം അതിലേക്കൊന്നും ഇപ്പോൾ കടക്കണ്ട.

നിങ്ങൾക്ക് ഈ വിഷയങ്ങളേക്കുറിച്ച് കൂടുതൽ അറിയാനും പഠിക്കാനും താല്പര്യം തോന്നുന്നുവെങ്കിൽ സ്കൂൾതല പഠനം കഴിഞ്ഞ്, കോളേജിലേക്ക് പോകുമ്പോൾ Astronomy, Astrophysics മുതലായ വിഷയങ്ങൾ പഠിക്കാൻ ശ്രമിക്കാവുന്നതാണ്.

ശാസ്ത്രീയമായി ഇങ്ങനെയൊക്കെയാണ് നാം മനസ്സിലാക്കുന്നത്. എങ്കിലും സൂര്യനെ സംബന്ധിക്കുന്ന പലപല പൗരാണിക വിശ്വാസങ്ങളും കഥകളും ലോകത്തിന്റെ എല്ലാ ഭാഗങ്ങളിലും ഉണ്ട്. അവ ഓരോന്നും മനുഷ്യമനസ്സ് ഭൗതികമായ അനുഭവങ്ങളെ ഓരോ സമയത്തും അതാതുകാലത്തെ അറിവിന്റെ വെളിച്ചത്തിൽ എങ്ങനെ വിലയിരുത്താൻ ശ്രമിച്ചു എന്ന ഒരു ബോധം നമുക്ക് ഉണ്ടാക്കിത്തരുന്നതോടൊപ്പം കേൾക്കാനും വായിക്കാനും രസാവഹങ്ങളുമാണ്.

ഈ വിഷയത്തോട് ബന്ധിച്ച് ഒരു നാടോടിക്കഥ ഓസ്ട്രേലിയൻ ആദിമജനങ്ങൾക്കിടയിൽ ഉണ്ട്. ഒരൊട്ടകപ്പക്ഷി ദേഷ്യത്തിൽ മുകളിലേക്കെറിഞ്ഞ ഒരു മുട്ട ഉയരമുള്ള ഒരു വൃക്ഷത്തിന്റെ കൊമ്പുകളിൽ തട്ടിയുടഞ്ഞ് വൃക്ഷത്തിന് തീ പിടിച്ചതും, ആ തീ ഇഷ്ടപ്പെട്ട ആകാശജീവിയായ ഒരു ഭൂതം പിന്നീട് ദിവസവും മരക്കൊമ്പുകൾ വെട്ടിക്കൂട്ടിയിട്ട് ആകാശത്തിൽ തീകൊളുത്തി ജ്വലിപ്പിക്കുകയും ചെയ്തുകൊണ്ടിരിക്കുന്ന ഒരു കഥ; അങ്ങനെ ദിവസവും ഭൂതം ഉണ്ടാക്കുന്ന തീ നമുക്ക് സൂര്യനായി എന്നും കാണാൻ കഴിയുന്നു എന്ന കഥ; ഈ കഥ- 'സൂര്യൻ എങ്ങനെ സൃഷ്ടിക്കപ്പെട്ടു' എന്ന തലക്കെട്ടിൽ 'ഓസ്ട്രേലിയൻ നാടോടിക്കഥകൾ'- Insight Publica, ISBN 978-93-90535-47-7, എന്ന പുസ്തകത്തിൽ കൊടുത്തിട്ടുണ്ട്. ഇവിടെ ആവർത്തിക്കുന്നില്ല. സൂര്യനുമായി ബന്ധപ്പെട്ട ഇത്തരം പത്ത് കഥകൾ ഈ പുസ്തകത്തിൽ കൊടുക്കുന്നു. ഇങ്ങനെയുള്ള കഥകളെല്ലാം തന്നെ മനുഷ്യന് സൂര്യനെക്കുറിച്ച് ശാസ്ത്രീയമായ അറിവുകൾ ഒന്നുംതന്നെ ഇല്ലാതിരുന്ന പഴയകാലങ്ങളിൽ മനുഷ്യർ അവരുടെ ഭാവനയിൽ മെനഞ്ഞെടുത്തവയാണെന്ന് മനസ്സിലാക്കാൻ വിഷമമില്ലല്ലൊ. ഈ കഥകൾ വായിക്കുമ്പോൾ ഈ ഒരു വ്യക്തമായ ധാരണ മനസ്സിൽ ഉണ്ടായിരിക്കുകയും വേണം.

കഥകൾ

റേ എന്ന സൂര്യദേവൻ

ഈജിപ്ത് വളരെ പുരാതനമായ ഒരു സംസ്കാരം, ഒരു നാഗരികത വളർത്തിയെടുത്ത നാടാണ്. ആഫ്രിക്കൻ ഭൂഖണ്ഡത്തിന്റെ വടക്കുകിഴക്കേഭാഗവും ഏഷ്യൻ ഭൂഖണ്ഡത്തിന്റെ തെക്കുപടിഞ്ഞാറൻ പ്രദേശവും കൂട്ടിയിണക്കി കിടക്കുന്ന ഒരു രാജ്യമാണ് ഈജിപ്ത്. 5000 വർഷങ്ങൾക്കുമേൽ ചരിത്രമുള്ള നാടുമാണ് ഇത്. വിക്ടോറിയ തടാകത്തിൽനിന്നാരംഭിച്ച് മെഡിറ്ററേനിയൻ കടലിൽ ചെന്നെത്തുന്ന 6650 കിലോമീറ്റർ നീളമുള്ള, ലോകത്തിലെ ഏറ്റവും നീളമുള്ള നദിയാണ് ഈജിപ്തിൽക്കൂടി ഒഴുകുന്ന നൈൽനദി. ആഫ്രിക്കൻ ഭൂഖണ്ഡത്തിന്റെ, പ്രത്യേകിച്ചും ഈജിപ്തിന്റെ ചരിത്രവും സംസ്കാരവും രൂപപ്പെടുത്തിയതിൽ നൈൽനദിയുടെ പങ്ക് കുറച്ചൊന്നുമല്ല-അതുകൊണ്ട് തന്നെ നൈൽ നദിയിലെ ജലത്തിന്റേയും.

ഈജിപ്ഷ്യൻ ജീവിതത്തിന്റെയും സംസ്കാരത്തിന്റെയും ആദ്യകാല വളർച്ച ആരംഭിച്ചത് ഒരു മാദകത്വം ഉൾക്കൊണ്ട് വറ്റാതെ ഒഴുകിയ നൈൽ നദിയിലെ ജലത്തിൽ തൊട്ടുകൊണ്ടാണ്. ആ ജലം തന്നെയായിരുന്നു ആ കാലഘട്ടത്തിൽ അവിടെ ജീവിച്ചിരുന്ന മനുഷ്യരുടെ ആദ്യത്തെ ദൈവവും. വിശാലമായി പരന്നൊഴുകിയ ജലത്തിൽനിന്നാണ് ഈ ഭൂമിയും പ്രപഞ്ചം തന്നെയും ഉണ്ടായതെന്നും ജലത്തിന്റെ ദേവനായ 'നു' വിൽനിന്നാണ് എല്ലാം ആരംഭിച്ചതെന്നും അവർ വിശ്വസിച്ചു. അതുപോലെ ഏതാണ്ട് നിരാകാര അവസ്ഥയിലായിരുന്ന ജലത്തിന്റെ ദേവനായ നു-വിൽനിന്ന് 'റേ' എന്ന സൂര്യൻ ഉണ്ടായി. റേ തന്നെയാണ് വായുവും പ്രകൃതിയിൽ കാണുന്ന ജീവിക്കുന്നതും അല്ലാത്തതുമായ എല്ലാത്തിനും തുടക്കം കുറിച്ചതും; പരന്നുകിടക്കുന്ന ഭൂമിയും, ഭൂമിയുടെ രണ്ടറ്റത്തും തൊട്ട് ഉയരത്തിൽ ഒരു വളവ് (arch) പോലെ

നിൽക്കുന്ന ആകാശവുമെല്ലാം. സൂര്യൻ ദിവസവും കിഴക്കുദിക്കിൽ നിന്ന് പടിഞ്ഞാറേക്ക് ആകാശത്തിൽക്കൂടി യാത്ര ചെയ്യുന്നു.

അങ്ങനെ യാത്രചെയ്യുന്ന സൂര്യനെ ഉപദ്രവിക്കാനും അദ്ദേഹത്തോട് യുദ്ധം ചെയ്യാനും കഴിയുമെങ്കിൽ വിഴുങ്ങിക്കളയുവാനും 'അപോഫിസ്" എന്ന ദുഷ്ടസർപ്പം പ്രയത്നിച്ചുകൊണ്ടേയിരിക്കുന്നു. എങ്കിലും സൂര്യൻ അപോഫിസിന് പിടികൊടുക്കാതെ ക്രമേണ ശക്തിയാർജ്ജിച്ച് മദ്ധ്യാഹ്നമാകുമ്പോഴേക്കും തന്റെ പ്രഭാവത്തിന്റെ ഉച്ചത്തിൽ എത്തുന്നു. പിന്നീട് കുറേശ്ശെ ശക്തികുറഞ്ഞ്, ക്ഷീണിച്ച് സായന്തനമാകുമ്പോഴേക്കും മരണത്തിന്റെ വക്കിൽ എത്തുകയും പരന്ന ഭൂമിക്കടിയിൽ എവിടെയോ ഒളിവിൽ പോകുകയും ചെയ്യുന്നു. പക്ഷേ രാത്രിസമയത്ത് സൂര്യൻ ഭൂമിക്കടിയിൽ കൂടി ഒരു വള്ളത്തിൽ ആരും കാണാതെ യാത്ര ചെയ്ത് അപോഫിസിനും പിടികൊടുക്കാതെ കിഴക്ക് ആകാശത്തിൽ എത്തിച്ചേരുന്നു. അങ്ങനെ ഭൂമിക്ക് മുകളിൽക്കൂടിയും അടിയിൽക്കൂടിയുമുള്ള സൂര്യന്റെ യാത്ര തുടർന്നുകൊണ്ടിരിക്കുന്നു. അതുകൊണ്ടാണ് നമുക്ക്, ഭൂമിവാസികൾക്ക് മാറിമാറി പകലും രാത്രിയും കിട്ടുന്നത്.

ഈ കഥ കേൾക്കുവാൻ തമാശ തോന്നുന്നു അല്ലേ, പ്രത്യേകിച്ചും സൂര്യനെക്കുറിച്ച് ശാസ്ത്രീയമായ പല അറിവുകളും നേടിക്കഴിഞ്ഞ 21-ാം നൂറ്റാണ്ടിൽ ജീവിക്കുന്ന നമുക്ക്. എങ്കിൽ ഇതുപോലെ മറ്റ് പല ജനവിഭാഗങ്ങൾക്കിടയിൽ പ്രചാരത്തിലുള്ള അനവധി കഥകൾ കേൾക്കുമ്പോൾ എങ്ങനെയുണ്ടാകും. നല്ല രസം തന്നെയായിരിക്കും. അല്ലേ. അത്തരം എല്ലാ കഥകളും ഇവിടെ പറയാൻ കഴിയുകയില്ലെങ്കിലും, ഭൂമിയുടെ പല ഭാഗങ്ങളിൽ പ്രചാരമുള്ള ഒന്നു രണ്ടു കഥകളിലേക്ക് ഒരെത്തിനോട്ടം നടത്താം. അത്തരം കുറേ കഥകളിലെങ്കിലും സൂര്യനെ ഒരു സ്ത്രീയായിട്ടാണ് ചിത്രീകരിച്ചിരിക്കുന്നത് എന്നതും കേൾക്കാൻ രസമുണ്ട്. അല്ലേ.

അമേരിക്കയിലെ വടക്കൻ കരോലിന (North Carolina) ടെന്നീസി (Tennesse) മുതലായ പ്രദേശങ്ങളിൽ ജീവിച്ചിരുന്ന ചെറോക്കി (Cherokee) ജനങ്ങൾ സൂര്യനെ സ്ത്രീയായും ചന്ദ്രനെ പുരുഷനായും കരുതിയിരുന്നു. അവരുടെ ഇടയിലും സൂര്യന്റെ ഉത്ഭവത്തെക്കുറിച്ച് രസകരമായ പല വിശ്വാസങ്ങളും കഥകളുമുണ്ട്. ഓക്സ്ഫോർഡ് സർവ്വകലാശാല പ്രസിദ്ധീകരണങ്ങളിൽ (Mesoamerican Mythology: A Guide to Gods, Heroes, Rituals and Beliefs of Mexico and Central America-വിൽ) ഇതുപോലെയുള്ള പല കഥകളും ഉണ്ട്.

ഗ്രീൻലണ്ടിൽ പ്രചാരത്തിലുള്ള ഒരു കഥയിൽ ചന്ദ്രൻ പുരുഷനും സൂര്യൻ സ്ത്രീയുമാണ്. അവരുടെ കഥയിലെ സൂര്യന്റെ പേര് മലിന എന്നാണ്. മലിനയും അവളുടെ സഹോദരൻ അന്നിൻഗനും (ചന്ദ്രനും)

ആദികാലങ്ങളിൽ ഒന്നിച്ചാണ് താമസിച്ചിരുന്നത്. ഒരിക്കൽ ഏതോ കാരണത്തിന് സഹോദരിയും സഹോദരനും തമ്മിൽ വഴക്കിട്ടു. അപ്പോൾ മലിന സഹോദരൻമാരെ മുഖത്ത് കറുത്ത ചായം വാരിത്തേച്ചു. പിന്നീട് കോപംകൊണ്ട സഹോദരൻ എന്തു ചെയ്യുമെന്ന് ഭയന്ന് മലിന ഓടി-ആകാശത്തിൽ, ദൂരെ, ദൂരെ ഓടിപ്പോയി സൂര്യനായിമാറി ജീവിച്ചു. അന്നിൻഗൻ സഹോദരിയുടെ പുറകെ ഓടിയെങ്കിലും കാണാതായപ്പോൾ സ്വയം ചന്ദ്രനായി മാറി ആകാശത്തിൽത്തന്നെ ജീവിച്ചു. എങ്കിലും അവൻ പകപോക്കാനായി സഹോദരിയെ പിന്തുടർന്ന് ഓടിക്കൊണ്ടേയിരിക്കുകയാണ്-ഇന്നും. പക്ഷേ ഓട്ടത്തിനിടയിൽ ഇടയ്ക്കിടെ ആഹാരം കഴിക്കാൻ മറന്നുപോകും. വേണ്ടത്ര ആഹാരം കഴിക്കാത്തതുകൊണ്ട് അന്നിൻഗൻ ക്രമേണ ശോഷിച്ച് ചെറുതായിക്കൊണ്ടിരിക്കും. എങ്കിലും വളരെ ചെറുതായിക്കഴിയുമ്പോൾ അന്നിൻഗൻ ഓട്ടം നിർത്തും; ഭക്ഷണം കഴിക്കാതിരിക്കാൻ കഴിയുകയില്ലല്ലോ. അങ്ങനെ ഭക്ഷണം കഴിച്ചുതുടങ്ങുമ്പോൾ വീണ്ടും ആരോഗ്യവും സ്വന്തം ദേഹവലിപ്പവും തിരികെ കിട്ടും. അതാണ് ചന്ദ്രൻ വലുതാകുകയും ചെറുതാകുകയും ചെയ്യുന്നതിന്റെ രഹസ്യമെന്നും അവർ വിശ്വസിക്കുന്നു.

സജ്ഞനയും ഭർത്താവായ സൂര്യനും

ഇന്ത്യയിലെ ഇതിഹാസങ്ങളിൽ ഏറ്റവും പ്രാധാന്യം അർഹിക്കുന്ന ഒന്നാണ് മഹാഭാരതം. മഹാഭാരതത്തിൽ പ്രദിപാദിക്കുന്ന ഒരു കഥയാണ് ഇത്. ഈ പ്രപഞ്ചം സൃഷ്ടിച്ച വിശ്വകർമ്മാവിന്റെ മകളായിരുന്നു സജ്ഞന. യൗവനപ്രായമായപ്പോൾ സജ്ഞന ആഗ്രഹിച്ചത് ലോകത്തിൽവെച്ച് ഏറ്റവും സുന്ദരനും സ്നേഹമയിയും, ധനവാനും, അധികാരമുള്ളവനുമായ ഒരാളെ വിവാഹം കഴിക്കണമെന്നാണ്. ഈ പ്രപഞ്ചത്തിൽ അത്തരത്തിലുള്ള ഒരാൾ ആരായിരിക്കുമെന്ന് അന്വേഷിച്ചുകൊണ്ടിരുന്ന സമയത്താണ് ദിവസവും കിഴക്കുനിന്ന് ഏഴ് കുതിരകൾകെട്ടിയ രഥത്തിൽ പടിഞ്ഞാറേക്ക് യാത്ര ചെയ്യുന്ന സൂര്യൻ ആറ്റിൽ കുളിച്ചുകൊണ്ടിരുന്ന സജ്ഞനയെ കാണാനിടയായത്. അവളുടെ സൗന്ദര്യം സൂര്യനെ വളരെയധികം ആകർഷിച്ചു. അതുകൊണ്ട് സൂര്യൻ ഉടൻതന്നെ സജ്ഞനയുടെ അടുത്തെത്തി തനിക്ക് അവളെ വളരെയധികം ഇഷ്ടപ്പെട്ടുവെന്നും വിവാഹം കഴിക്കാൻ ആഗ്രഹിക്കുന്നുവെന്നും പറഞ്ഞു. സജ്ഞനക്കും ആ വിവാഹത്തിൽ ഇഷ്ടമായിരുന്നു. അതുകൊണ്ട് അവർ രണ്ടുപേരും ഉടനേതന്നെ വിശ്വകർമ്മാവിനെക്കണ്ട് വിവരം പറയുകയും അദ്ദേഹത്തിന്റെ പൂർണ സമ്മതത്തോടുകൂടി, അനുഗ്രഹത്തോടുകൂടി വിവാഹിതരാകുകയും ചെയ്തു. സൂര്യന് തന്റെ ഭാര്യയെ വളരെ ഇഷ്ടമായിരുന്നു; സ്നേഹവും വിശ്വാസവുമായിരുന്നു. അതുപോലെ സജ്ഞനയ്ക്കും സൂര്യനോട് സ്നേഹവും ബഹുമാനവും ആയിരുന്നു. എങ്കിലും ഒരു പ്രശ്നമുണ്ടായിരുന്നു. അദ്ദേഹത്തിന്റെ ചൂട് അവർക്ക് സഹിക്കാനാകുന്നതിലും കൂടുതലായിരുന്നു. ആ ബുദ്ധിമുട്ട്

കൂടുതലായി അനുഭവപ്പെട്ടുതുടങ്ങിയപ്പോൾ സജ്ഞന കുറച്ചുനാളത്തേക്കെങ്കിലും ഭർത്താവിനെ വിട്ട് എവിടെയെങ്കിലുംപോയി. ഒളിവൽ തമാസിക്കാൻ തീരുമാനിച്ചു. താൻ, സ്വന്തം ബുദ്ധിമുട്ടുകൾ പറഞ്ഞ് മാറിത്താമസിക്കുന്നു എന്നു പറഞ്ഞാൽ ഭർത്താവിന് അത് സങ്കടകരമാകും എന്ന് അവർക്കറിയാമായിരുന്നു. അതുകൊണ്ട് തന്റെ വേർപാട് അദ്ദേഹം മനസ്സിലാക്കാൻ ഇടയാകരുതെന്ന് സജ്ഞന ആഗ്രഹിച്ചു; ആലോചിച്ച് ഒരു പോംവഴി കണ്ടുപിടിച്ചു- തന്നെപ്പോലെ മറ്റൊരാളെ സൃഷ്ടിക്കുക; വിശ്വശില്പിയുടെ (സൃഷ്ടാവിന്റെ) മകൾക്ക് അതിനുള്ള കഴിവുണ്ടായിരുന്നു. അങ്ങനെ തന്റെ തനി രൂപത്തിൽ സജ്ഞന ഛായയെ സൃഷ്ടിച്ചു. ഛായ സജ്ഞനയെപ്പോലെതന്നെ സുന്ദരിയും എല്ലാ അർത്ഥത്തിലും തിരിച്ചറിയാൻ കഴിയാത്തത്ര രൂപസാമ്യം ഉള്ളവളും ആയിരുന്നു; പെരുമാറ്റ രീതികളിലും അങ്ങനെത്തന്നെയായിരുന്നു. അതുകൊണ്ട് സ്വന്തം ഭാര്യയ്ക്കുപകരം തന്റെ അടുക്കലെത്തിയ ഛായയെ സജ്ഞനയെന്നുതന്നെ സൂര്യനും തെറ്റിദ്ധരിച്ചു. അവളോട് സ്വന്തം ഭാര്യയെന്നതുപോലെ സ്നേഹത്തോടെ പെരുമാറുകയും ചെയ്തു. അങ്ങനെ കാലം കുറേ കടന്നുപോയി. സൂര്യന് ഛായയിൽ ഒരു മകൻ ജനിച്ചു. സജ്ഞന സൂര്യന്റെ അടുക്കൽനിന്നും മാറി താമസിക്കുകയാണെന്നും, സൂര്യന് മറ്റേതോ സ്ത്രീയിൽ ഒരു കുട്ടി ജനിച്ചു എന്നും അറിഞ്ഞ വിശ്വകർമ്മാവ് തന്റെ മകളെ തേടിപ്പിടിച്ച് അവളുടെ ബുദ്ധിമോശമായ പെരുമാറ്റത്തെക്കുറിച്ച് ശകാരിച്ചു. ഉടൻതന്നെ സൂര്യന്റെ അടുത്തേക്ക് പോകാൻ ഉപദേശിച്ചു. ഛായക്ക് ഒരു മകൻ ജനിച്ചെന്ന വാർത്ത സജ്ഞനയെ പ്രകോപിപ്പിച്ചു. സജ്ഞന ഉടൻതന്നെ സൂര്യന്റെ വീട്ടിലേക്ക് തിരികെപ്പോയി.

തിരികെ വീട്ടിലെത്തിയ സജ്ഞനയ്ക്ക് ഛായയോട് അടക്കാനാകാത്ത ദേഷ്യം തോന്നി. താൻ നിർദ്ദേശിച്ചിരുന്ന രീതിയിൽ മാത്രം ജീവിക്കാതെ സൂര്യന്റെ ഭാര്യയെന്ന നാട്യത്തിൽ ഒരു പുത്രന് ജന്മം നല്കിയ ഛായയെ സജ്ഞന നിഷ്പ്രഭയാക്കി, വെറും ഒരു നിഴൽ മാത്രമായി മാറ്റി. സജ്ഞന പ്രത്യേകിച്ച് ഒന്നും സംഭവിച്ചില്ലെന്ന രീതിയിൽ സൂര്യന്റെ ഭാര്യയായി സൂര്യനോടൊപ്പം ജീവിച്ചു. ശനിയെ തന്റെ പുത്രനായി തന്നെ കരുതി-കരുതിയതുപോലെ നടിച്ചു എന്നു പറയാം; സൂര്യന് സംശയം തോന്നാൻ പാടില്ലല്ലൊ. സജ്ഞന ആഗ്രഹിച്ചതുപോലെ ഛായയിൽനിന്ന് സജ്ഞനയിലേക്കുള്ള മാറ്റം സൂര്യൻ ശ്രദ്ധിച്ചതുമില്ല; നേരത്തെ സജ്ഞനയിൽനിന്ന് ഛായയിലേക്കുള്ള മാറ്റവും ശ്രദ്ധിക്കാതിരുന്നതുപോലെതന്നെ. കാലം കടന്നുപോയി. സജ്ഞനയ്ക്ക് രണ്ടു കുട്ടികൾ ജനിച്ചു- യമനും യമുനയും.

സ്വന്തം മക്കളുടെ ജനനത്തിനുസേഷം സജ്ഞനയ്ക്ക് ശനിയോട് മുമ്പത്തേപ്പോലെ സ്നേഹം കാണിക്കാൻ കഴിഞ്ഞില്ല. സ്വന്തം മക്കളോട് ഒരല്പം കൂടുതൽ സ്നേഹം കാണിക്കുക സ്വാഭാവികമാണല്ലൊ. പക്ഷേ സജ്ഞനയുടെ ആ വേർതിരിവ് ശനി തിരിച്ചറിഞ്ഞു. അവൻ ഇടയ്ക്കിടക്ക് അനുജനോടും അനുജത്തിയോടും വഴക്കടിക്കാനും തുടങ്ങി. അങ്ങനെ കാര്യങ്ങൾ മുന്നോട്ടുപോകുമ്പോൾ സജ്ഞനക്ക് സൂര്യന്റെ ചൂട് താങ്ങാൻ കഴിയാതെ കൂടുതൽ കൂടുതൽ ബുദ്ധിമുട്ടിലായി. അദ്ദേഹത്തിന്റെ ചൂടിനെക്കുറിച്ചും ശനിയുടെ പെരുമാറ്റത്തെക്കുറിച്ചും സൂര്യനോട് പരാതിപ്പെടാനും വഴക്കിടാനും തുടങ്ങി. അങ്ങനെ ഒരു ദിവസം വഴക്കടിച്ച് സജ്ഞന അവിടെനിന്നും ഒളിച്ചോടി. കുറേക്കാലമെങ്കിലും ഒറ്റയ്ക്ക് സ്വൈര്യമായി ജീവിക്കണമെന്ന് കരുതി സജ്ഞന ദൂരെ ഒരു വനത്തിൽ പെൺകുതിരയുടെ രൂപത്തിൽ ജീവിക്കാൻ തുടങ്ങി.

തന്റെ ഭാര്യ സജ്ഞനയെ വളരെയധികം സ്നേഹിച്ചിരുന്ന സൂര്യൻ ഉടൻതന്നെ സജ്ഞന എവിടെയാണെന്ന് അന്വേഷിക്കാൻ തുടങ്ങി. അദ്ദേഹം തന്റെ ഭാര്യാപിതാവായ വിശ്വകർമ്മാവിനേയും കണ്ട് വിവരങ്ങളെല്ലാം പറഞ്ഞു. വിവരങ്ങളറിഞ്ഞ വിശ്വകർമ്മാവും വളരെ ദുഃഖിച്ചു. അവർ അന്വേഷിച്ച് സജ്ഞനയെ കണ്ടുപിടിച്ചു.

സജ്ഞന ഒരു വനത്തിൽ പെൺകുതിരയുടെ രൂപത്തിൽ ജീവിക്കുകയായിരുന്നു എന്നു മനസ്സിലാക്കിയ സൂര്യൻ സജ്ഞനയെ അനുനയിപ്പിച്ച് തിരിച്ചുകൊണ്ടു വരാൻ വേണ്ടി കുറച്ചുദിവസങ്ങൾ സ്വയം ഒരു കുതിരയായിമാറി സജ്ഞനയോടൊപ്പം ജീവിച്ചു. ആ കാലത്ത് അവർക്കുണ്ടായ രണ്ടു മക്കളാണ് അശ്വിനികുമാരന്മാർ. അവരേക്കുറിച്ച് പിന്നീട് മനസ്സിലാക്കാം.

സജ്ഞനയുടെ ബുദ്ധിമുട്ട്, തന്റെ അമിതമായ ചൂടാണെന്ന് മനസ്സിലാക്കിയ സൂര്യൻ, ഭാര്യാപിതാവ് നല്കിയ ഉപദേശം സ്വീകരിച്ച് സ്വന്തം ചൂട് ഒരളവിന് കുറയ്ക്കാൻ സമ്മതിച്ചു. വിശ്വകർമ്മാവ് തന്റെ ആയുധങ്ങൾ ഉപയോഗിച്ച് സൂര്യന്റെ ദേഹത്തുനിന്ന് ചില ഭാഗങ്ങൾ കുറേശ്ശെ തട്ടി, രാകി മിനുക്കിയതുകാരണം അദ്ദേഹത്തിന്റെ ചൂട് ഒരളവുവരെ കുറഞ്ഞു; സജ്ഞനയ്ക്ക് സഹിക്കാവുന്ന അളവിന് കുറഞ്ഞു. പിന്നീട് സജ്ഞന, 'താങ്കളാണ് ഞാൻ കണ്ടിട്ടുള്ളതിൽവെച്ച് ഏറ്റവും സുന്ദരനായ പുരുഷൻ - ഇപ്പോൾ എനിക്ക് അങ്ങയുടെ ചൂട് സഹിക്കാനാകും' എന്നു പറഞ്ഞ് സൂര്യനോടൊപ്പം താമസിക്കാൻ തുടങ്ങി. ഇന്ന് നാം കാണുന്ന സൂര്യൻ അങ്ങനെ ആദികാലത്തെ സൂര്യനെക്കാൾ ചൂട് കുറഞ്ഞ സൂര്യനാണെന്ന് കരുതാം.

കാലം കടന്നുപോയതിനനുസരണം കുട്ടികൾ വളർന്ന് യൗവന പ്രായമായി. അമ്മയുടെ പക്ഷപാതം ശനിയെ ഒരു മുശടനും, മുൻകോപിയും, തന്നിഷ്ടക്കാരനുമായി വളരാൻ പ്രേരിപ്പിച്ചു. മാത്രമല്ല, സഞ്ജന അവനെ സൂര്യന്റെ അടുക്കൽനിന്നും കഴിയുന്നത്ര മാറ്റിനിർത്താൻ എല്ലാ തന്ത്രങ്ങളും സ്വീകരിച്ചു. അതുകൊണ്ട് അവന് അച്ഛന്റെ സ്നേഹവും വേണ്ടത്ര കിട്ടിയില്ല. അവൻ മടിയനും, ലക്ഷ്യബോധമില്ലാത്തവനും ധൈര്യമറ്റവനുമായി വളർന്നു. അങ്ങനെയിരിക്കുമ്പോൾ സൂര്യൻ തന്റെ ഭാരിച്ച ചുമതലകൾ മക്കൾക്ക് പങ്കിട്ട് കൊടുക്കാൻ തീരുമാനിച്ചു. ആ സമയത്ത് സഞ്ജന സ്വന്തം സ്വാധീനം ഉപയോഗിച്ച്, സൂര്യനോട് ശനിയുടെ കുറ്റങ്ങളും കുറവുകളും പെരുപ്പിച്ച് പറഞ്ഞ് അവന് അന്തസ്സുള്ള ചുമതലകളും പദവികളും കൊടുക്കുന്നതിൽനിന്ന് സൂര്യനെ തടയുകയും ചെയ്തു. അങ്ങനെ മൂത്തമകനായ ശനിക്ക് അവനർഹിച്ചിരുന്ന ചുമതലകളും പദവികളും കൊടുക്കാതെ സൂര്യൻ മൂത്തമകനെ അവഗണിച്ചു.

സൂര്യൻ യമനെ ധർമ്മരാജാവായി നിയമിച്ചു- ധർമ്മരാജാവ്, ലോകത്ത് ധർമ്മവും ന്യായവും നടപ്പാക്കാൻ നിയോഗിക്കപ്പെട്ടയാൾ-നമുക്ക് ഇന്നത്തെ സുപ്രീംകോർട്ടിലെ ചീഫ് ജസ്റ്റീസ് (Chief Justice of the Supreme Court) എന്ന് ഒരു താരതമ്യത്തിന് വേണമെങ്കിൽ പറയാം- അതുപോലെ യമുനയക്ക് ഒരു പവിത്രമായ നദിയുടെ സ്ഥാനം നൽകി-ദേശത്തെ മുഴുവൻ പവിത്രമായി, ശുദ്ധമായി കാത്തുസൂക്ഷിക്കുന്ന കടമയും; ഒരു പരിസ്ഥിതി സംരക്ഷണ മന്ത്രിയുടെ സ്ഥാനം. പക്ഷേ ശനിക്ക് ഉയർന്ന സ്ഥാനങ്ങൾ ഒന്നും നൽകാതെ അവനെ അവഗണിച്ചു. അത് സ്വാഭാവികമായും അവനെ ശുണ്ഠി പിടിപ്പിച്ചു. ആ സ്ഥിതിവിശേഷത്തിന് കാരണക്കാരിയായ സഞ്ജനയെ അവൻ വെറുത്തു. ഏതോ ഒരു സന്ദർഭത്തിൽ അവൻ സഞ്ജനയെ കാലുകൊണ്ട് തൊഴിക്കുകയും പകരം സഞ്ജന അവനെ വളരെ ക്രൂരമായ രീതിയിൽ ശപിക്കുകയും ചെയ്തു. ആ സംഭവങ്ങളെല്ലാം അറിയാനിടയായ സൂര്യൻ, മകൻ എന്തുതെറ്റു ചെയ്താലും ഒരമ്മ സഞ്ജന ചെയ്തതുപോലെ അത്ര ക്രൂരമായ ഒരു ശാപം സ്വന്തം മക്കൾക്ക് നൽകുകയില്ല എന്ന് വിചാരിച്ചു. അതുകൊണ്ട് സഞ്ജന എന്തുകൊണ്ട് അങ്ങനെ ചെയ്തുഎന്ന് അന്വേഷിച്ചു. സംജ്ഞനയെ ചോദ്യം ചെയ്തു. ആ സമയത്ത് സഞ്ജന നടന്ന എല്ലാ കാര്യങ്ങളും, ഛായയെ സൃഷ്ടിച്ച വിവരമുൾപ്പെടെ എല്ലാം- ശനി ഛായയുടെ മകനാണെന്ന സത്യമുൾപ്പെടെ എല്ലാം വിശദമായി സൂര്യനോട് പറഞ്ഞു. എല്ലാം അറിഞ്ഞ സൂര്യൻ ശനിയെ ഒരളവുവരെ ശാപമുക്തനാക്കുകയും, ചില സ്ഥാനമാനങ്ങൾ

നൽകി, അവനെ സന്തോഷിപ്പിക്കുവാൻ ശ്രമിക്കുകയും ചെയ്തു. ശനിയെ കർമ്മഫലങ്ങളുടെ ദേവനായി, ശനീശ്വരനായി അവരോധിച്ചു.

സൗരയൂഥത്തിലുള്ള ശനിഗ്രഹവും നമ്മുടെയൊക്കെ ജാതകങ്ങൾ ഗണിക്കുന്ന ജ്യോതിഷന്മാർ പറയാറുള്ള ശനിയുമെല്ലാം സൂര്യന്റെയും ഛായയുടേയും പുത്രനായി ജനിച്ച ഈ ശനീശ്വരൻ തന്നെയാണ് എന്ന വിശ്വാസം ഇന്നും നിലനിൽക്കുന്നു.

ശനീശ്വരനെ അത്ര നിസ്സാരക്കാരനായി കാണാൻ പാടില്ല. അദ്ദേഹം നമ്മുടെ ഓരോരുത്തരുടേയും ജീവിതത്തിൽ രണ്ടുതരത്തിൽ സ്വാധീനം ചെലുത്തുന്നു എന്ന്, നമ്മുടെ ജീവിതത്തെ ബാധിക്കുന്നു എന്ന് പരക്കെ വിശ്വസിക്കുന്നു. പലപ്പോഴും നമ്മൾ കേട്ടിട്ടുള്ളതും കേൾക്കാറുള്ളതുമായ ചില ഭാഷാപ്രയോഗങ്ങൾ ഒന്നോർത്തുനോക്കൂ.

'അവന് ശനി പിടിച്ച കാലമാ. കഷ്ടതകൾ മാറണമെങ്കിൽ ശനി വിട്ടുപോകണം . അവനൊരു ശനിയാ.'

ജ്യോതിഷന്മാരുടെ അഭിപ്രായത്തിൽ നമ്മുടെ ജീവിതത്തിൽ ഏതെങ്കിലും സമയത്ത് ശനീശ്വരന്റെ സ്വാധീനം ഉണ്ടാകുന്നുവെങ്കിൽ (ജീവിതകാലത്ത് ഒരിക്കലെങ്കിലും അതുണ്ടാകുമെന്നതും ഉറപ്പാണ്) ആ കാലത്തിന്റെ ആദ്യപകുതിയിൽ നാം പലതരത്തിലുള്ള കഷ്ടതകളും, അപമാനവും മറ്റും സഹിക്കേണ്ടിവരുമെന്നത് തീർച്ചയാണ്. പക്ഷേ ആ ഒരു കാലം (ആദ്യപകുതി) കടന്നുകഴിഞ്ഞാൽ അടുത്ത പകുതിയിൽ നമുക്ക് നമ്മുടെ കഴിവിനും അറിവിനും പ്രയത്നത്തിനും അനുസരിച്ച് നല്ല അനുഭവങ്ങൾ ഉണ്ടാകും. ശനീശ്വരന്റെ ജീവിതത്തിലും അങ്ങനെ ആയിരുന്നല്ലോ.

ഇനി നമുക്ക് അശ്വനികുമാരന്മാരെക്കുറിച്ച് അറിയാൻ ശ്രമിക്കാം. ഇരട്ടകുട്ടികളായി ജനിച്ച അശ്വനികുമാരന്മാർ ഉഷസ് (പ്രഭാതം) ദേവിയുടെ അടുത്ത സുഹൃത്തുക്കളും, എന്നും പ്രഭാതത്തിൽ സൂര്യന്റെ തേര് ഓട്ടിക്കൊണ്ട് ആകാശത്തിലെത്തുന്ന കുതിരകളുടെ മുൻനിരയിൽ നിൽക്കുന്നവരുമാണെന്ന് കരുതപ്പെടുന്നു. അവർ വൈദ്യശാസ്ത്ര നിപുണരും നമ്മെയെല്ലാം പലവിധ സുഖക്കേടുകളിൽനിന്ന് ശുശ്രൂഷിച്ച് രക്ഷിക്കുന്ന ദേവന്മാരുമാണെന്ന വിശ്വാസവും നിലനില്ക്കുന്നു.

മഹാഭാരതകഥകളിൽ നാം കേൾക്കാറുള്ള കർണ്ണൻ സൂര്യന്റെ പുത്രനും നകുലനും, സഹദേവനും അശ്വനികുമാരന്മാരുടെ പുത്രന്മാരും ആണെന്ന് മറക്കണ്ട.

സൂര്യനും ചന്ദ്രനും പിന്നെ ഒരു കാക്കമകനും

ഇത് റഷ്യയിൽനിന്നുള്ള ഒരു കഥയാണ്; 'അലക്സാണ്ടർ നിക്കോലായേവിച്ച്' പ്രസിദ്ധീകരിച്ച കഥ പിന്നീട് 'ലിയോനാർഡ് ആർതർ മാഗ്നസ്' The Sun, The Moon and Crowson എന്ന പേരിൽ ഇംഗ്ലീഷിലേക്ക് വിവർത്തനം ചെയ്ത് പ്രസിദ്ധീകരിച്ച കഥ.

കഥയിലേക്ക് കടക്കുന്നതിനുമുൻപ് റഷ്യയിൽ സൂര്യനെക്കുറിച്ച് ഉണ്ടായിരുന്ന പല വിശ്വാസങ്ങളിൽ ഒന്ന് എങ്ങനെയെന്ന് നോക്കാം. അവരുടെ വിശ്വാസപ്രകാരം സൂര്യൻ ഒരു റ്റ്സാർ ചക്രവർത്തിയെപ്പോലെ (റഷ്യൻ ചക്രവർത്തിമാരുടെ സ്ഥാനപ്പേരാണ് 'റ്റ്സാർ'- എന്നത് - ചക്രവർത്തിനിയാണെങ്കിൽ 'റ്റ്സാറിന' - tsarina) സൂര്യൻ ആർഭാടമായി വസ്ത്രധാരണം നടത്തുമായിരുന്നു. അത്തരം വസ്ത്രങ്ങൾ അണിഞ്ഞുനിൽക്കുമ്പോൾ സൂര്യൻ തേജസ്വിയായി ജ്വലിച്ച് നിൽക്കുമായിരുന്നു. ദൈവത്താൽ നിയോഗിക്കപ്പെട്ട അദ്ദേഹത്തിന്റെ പതിനഞ്ചായിരം മാലാഖമാരാണ് ദിവസവും സൂര്യനെ ആടയാഭരണങ്ങൾ അണിയിക്കുകയും പിന്നീട് അഴിച്ചുമാറ്റുകയും ചെയ്തുകൊണ്ടിരുന്നത്. അങ്ങനെ ശോഭിച്ചുനിൽക്കുന്ന സൂര്യൻ മദ്ധ്യാഹ്നം കഴിഞ്ഞ് തന്റെ പടിഞ്ഞാറേക്കുള്ള യാത്ര ആരംഭിക്കുന്നതിന് മുൻപായി മാലാഖമാർ അദ്ദേഹത്തിന്റെ ആടയാഭരണങ്ങളും കിരീടവുമെല്ലാം ഒന്നൊന്നായി അഴിച്ചെടുത്ത് അദ്ദേഹത്തിന്റെ സിംഹാസനത്തിൽത്തന്നെ ഭദ്രമായി അടുക്കിവെയ്ക്കും.

പിന്നീട് സൂര്യൻ പടിഞ്ഞാറേക്ക് പോയി വിശ്രമിക്കും. വിശ്രമിക്കുന്ന സമയത്ത് അദ്ദേഹത്തെ പരിചരിക്കാൻ ഏതാണ്ട് നൂറോളം

മാലാഖമാരെ ദൈവം ഏർപ്പെടുത്തിയിട്ടുണ്ട്. വിശ്രമം കഴിഞ്ഞ് സൂര്യൻ സമുദ്രത്തിന്റെ ഉപരിതലത്തിൽക്കൂടി കിഴക്കെത്തി ഉച്ചത്തിലേക്കുള്ള യാത്ര ആരംഭിക്കാൻ തയ്യാറാകും. യാത്ര തുടരുന്നതിനുമുൻപ് മാലാഖമാർ തലേദിവസം അഴിച്ചുവെച്ചിരുന്ന വസ്ത്രങ്ങളും ആഭരണങ്ങളുമെല്ലാം അണിയിക്കും. ഉയരത്തിലേക്ക് യാത്ര ചെയ്തുകൊണ്ടിരിക്കുന്ന സൂര്യനെ അദ്ദേഹത്തിന്റെ കിരീടവും ധരിപ്പിച്ച് സിംഹാസനത്തിൽ ഇരുത്തും. അപ്പോൾ അദ്ദേഹം വീണ്ടും ഒരു റഷ്യൻ റ്റ്സാറിനെപ്പോലെ ശോഭിക്കും. മാത്രമല്ല അദ്ദേഹത്തിന്റെ മുമ്പിൽ തീതുപ്പുന്ന ഫിനിക്സ് പക്ഷികളും (Phoenix- ഫിനിക്സ് പക്ഷി- കുറേ നൂറ്റാണ്ടുകൾ ജീവിച്ചിട്ട് മരിക്കുകയും പിന്നീട് എരിഞ്ഞടങ്ങിയ ഭസ്മത്തിൽനിന്ന് വീണ്ടും ജീവൻവെച്ച് ഉയർന്ന് പറക്കുകയും ചെയ്യുന്ന ഒരു സാങ്കല്പിക പക്ഷി). സ്വർഗത്തിലെ സലാവി (Ksalavy) പക്ഷികളും സൂര്യന്റെ മുമ്പിൽ അണിഅണിയായി നിൽക്കും. അവർ അങ്ങനെ നിൽക്കുന്നതിനുമുൻപ് അവരുടെ ചിറകുകൾ സമുദ്രജലത്തിൽമുക്കി തണുപ്പിക്കും. മാത്രമല്ല സൂര്യനോട് തങ്ങളുടെ ചിറകുകൾ അദ്ദേഹത്തിന്റെ സ്വർണ്ണരശ്മികൾകൊണ്ട് ചുട്ടെരിക്കരുതെന്ന് അപേക്ഷിക്കുകയും ചെയ്യും. എങ്കിലും സൂര്യന്റെ ചൂടുകാരണം അവരുടെയെല്ലാം ചിറകുകൾ തീയിൽ വെന്തുപോലെയാകും. അതുകൊണ്ടാണ് മടക്കയാത്രയുടെ സമയത്ത് അവരെല്ലാം നിർബന്ധമായും അവരുടെ ചിറകുകൾ സമുദ്രജലത്തിൽ മുക്കി തണുപ്പിക്കുന്നത്. പക്ഷേ ഈ കാര്യത്തിൽ പൂവൻകോഴി വ്യത്യസ്ഥനാണ്. പൂവൻകോഴി സ്വന്തം ചിറകുകൾക്കടിയിൽ മറ്റ് പക്ഷികളുടെ തുവലുകൾകൊണ്ട് നിർമ്മിച്ച വെളുത്തനിറത്തിലുള്ള ഒരു രക്ഷാകവചം അണിഞ്ഞിട്ടുണ്ടാകും. അതുകൊണ്ട് പൂവൻകോഴിയുടെ ചിറകുകൾ സൂര്യന്റെ ചൂടിൽ ചുളുങ്ങിപ്പോകുമെങ്കിലും സൂര്യൻ ഉദിച്ച് ഉയരത്തിലേക്കുള്ള യാത്ര ആരംഭിക്കുന്ന സമയമാകുമ്പോഴേക്കും അവ വീണ്ടും പൂർവ്വസ്ഥിതിയിലാകും. അതുകൊണ്ട് പൂവൻകോഴി തന്റെ ചിറകുകൾ സമുദ്രജലത്തിൽ മുക്കി തണുപ്പിക്കാൻ ബുദ്ധിമുട്ടാറില്ല. കോഴി ആ സമയത്ത് സുഖമായി ഉറങ്ങും. എങ്കിലും മാലാഖമാർ സൂര്യനെ അണിയിക്കുവാൻ വേണ്ട വസ്ത്രങ്ങൾ സിംഹാസനത്തിൽനിന്ന് എടുക്കാൻ ആരംഭിക്കുന്ന സമയത്ത് കോഴി കണിശമായി ഉറക്കത്തിൽനിന്ന് ഉണരും. മാത്രമല്ല, ഉണർന്നാലുടനെ കോഴിചിറകുകൾ വിടർത്തിനിന്ന് ഉച്ചത്തിൽ സൂര്യന്റെ തിരിച്ചുവരവിനെക്കുറിച്ച് പറയാൻ തുടങ്ങും. അതുകൊണ്ട് പലരും പൂവൻകോഴിയെ ഒരു പ്രവാചകന്റെ സ്ഥാനത്ത് കാണുന്നു.

അങ്ങനെ സൂര്യന്റെ ഉയർത്തെഴുന്നേൽപ്പിനെക്കുറിച്ച് പ്രവചനം നടത്തുന്ന പൂവൻകോഴി ചെയ്യുന്നത് പ്രവാചകന്മാർ ക്രിസ്തുവിന്റെ ഉയർത്തെഴുനേൽപ്പിനെക്കുറിച്ച് അറിയിച്ചതിന് തുല്യമാണെന്ന് പലരും വിശ്വസിക്കുന്നു. അതുകൊണ്ട് അവർ കോഴി കൂവുന്ന സമയത്ത് പ്രാർത്ഥിക്കും.

'ഓ, ദൈവമേ, ക്രിസ്തുവേ, ലോകത്തിന് വെളിച്ചം നൽകുന്നവനേ, ഭൂമിവാസികളായ ഞങ്ങൾക്ക് അങ്ങയുടെ കൃപയുണ്ടാകട്ടെ അങ്ങയുടെ വെളിച്ചം ഞങ്ങൾക്കുനൽകി ഞങ്ങളെ അനുഗ്രഹിച്ചാലും. ആമെൻ.' ഈ വിശ്വാസം, അതായത് പൂവൻകോഴി കൂവിയാണ് സൂര്യനെ ആകാശത്തിലേക്ക് കൊണ്ടുവരുന്നതെന്ന വിശ്വാസം നമ്മുടെ നാട്ടിലും ഉള്ളത് ഓർക്കുക.

ഇനി നമുക്ക് പണ്ടുപണ്ട് റഷ്യയിൽ നടന്ന ഈ കഥ കേൾക്കാം. ആ കാലത്ത് ജീവിച്ചിരുന്ന ഒരു വൃദ്ധനും അദ്ദേഹത്തിന്റെ വൃദ്ധയായ ഭാര്യയും മൂന്നു പെൺമക്കളുമാണ് കഥയിൽ ഉള്ളത്- കൂടെത്തന്നെ സൂര്യനും ചന്ദ്രനും കാക്കമകനും.

സൂര്യനും ചന്ദ്രനുമൊക്കെ മനുഷ്യരൂപം ധരിച്ച് മനുഷ്യസ്ത്രീകളെ ഭാര്യമാരായി സ്വീകരിക്കുന്ന കഥകൾ നമ്മുടെ നാട്ടിൽ ധാരാളം ഉണ്ടല്ലോ. അങ്ങനെ ചില സംഭവങ്ങളാണ് ഈ കഥയിലും നിങ്ങൾ കേൾക്കുക.

വൃദ്ധൻ ഒരു ദിവസം അദ്ദേഹത്തിന്റെ ധാന്യം ശേഖരിച്ചുവെയ്ക്കുന്ന കിടങ്ങിൽ (സംഭരണി) നിന്നും അന്നത്തെ ആവശ്യത്തിനുവേണ്ട ധാന്യം എടുത്തുകൊണ്ടുവരാനായി പോയി. ധാന്യം എടുത്തുകൊണ്ടുവരാൻ ഒരു സാമാന്യം വലിയ സഞ്ചിയും കയ്യിൽ കരുതിയിരുന്നു. പക്ഷേ സഞ്ചിക്ക് ഒരു വലിയ ഓട്ട ഉണ്ടായിരുന്നത് അയാൾ ശ്രദ്ധിച്ചില്ല. അതുകൊണ്ട് അയാൾ സഞ്ചിയിൽ ധാന്യം നിറച്ച് തിരികെ വീട്ടിലേക്ക് പോകുന്നവഴിയിൽ ധാന്യം മുഴുവനും ഓട്ടയിൽക്കൂടി ചോർന്നുപോയി. അങ്ങനെ പോയതും അയാൾ ശ്രദ്ധിച്ചില്ല. തിരികെ വീട്ടിലെത്തി അയാൾ ഭാര്യയെ വിളിച്ചുപറഞ്ഞു.

'ഇതാ ഇന്നത്തേക്ക് വേണ്ടുന്ന ധാന്യം. ഭക്ഷണം തയ്യാറാക്കാൻ ഇനി വൈകിക്കണ്ട.'

സഞ്ചി വാങ്ങി നോക്കിയതിനുശേഷം ഭാര്യ ചോദിച്ചു.

'നിങ്ങൾ സഞ്ചി എന്റെ കയ്യിൽ തന്നു. പക്ഷേ ധാന്യം എവിടെ. ഇതിനകത്ത് ഒന്നുമില്ലല്ലൊ.'

'എന്ത്, സഞ്ചിയിൽ ധാന്യം ഇല്ലെന്നോ?'

'അതേ മനുഷ്യാ. ഇതിനകത്ത് ഒരു മണിപോലും ഇല്ല.'

അയാൾ സഞ്ചി വാങ്ങി പരിശോധിച്ചപ്പോൾ തനിക്കുപറ്റിയ മണ്ടത്തരം മനസ്സിലായി. അയാൾ പറഞ്ഞു.

'ശരി. ഞാൻ എങ്ങനെയെങ്കിലും കുറേ ധാന്യം ശേഖരിച്ച വരാം.'

പോകുന്നസമയത്ത് അയാൾ ധാന്യക്കിടങ്ങിൽ ഉണ്ടായിരുന്ന ധാന്യം മുഴുവൻ തീർന്നുപോയിരുന്നു എന്ന് ഓർത്തു. ഇനി എവിടെനിന്ന് ധാന്യം കിട്ടുമെന്ന് ഓർത്തുകൊണ്ട് അയാൾ പറഞ്ഞു.

'സൂര്യൻ അദ്ദേഹത്തിന്റെ ചൂടുകൊണ്ട് വയലിലെ ധാന്യം വേഗത്തിൽ ഉണക്കിത്തന്നിരുന്നെങ്കിൽ, ചൂട് കുറഞ്ഞ് തണുക്കുമ്പോഴേക്കും (സായംകാലമാകുമ്പോഴേക്കും) ചന്ദ്രൻ അദ്ദേഹത്തിന്റെ വെളിച്ചം ധാന്യം എവിടെയെന്ന് കാണുന്നവിധം താഴേക്ക് വീഴ്ത്തി തന്നിരുന്നെങ്കിൽ, ആ സമയം കാക്ക മകനും ധാന്യമണികൾ ഒന്നൊന്നായി കൊത്തിയെടുത്ത് എനിക്ക് കൊണ്ടെത്തന്നിരുന്നെങ്കിൽ എത്ര നന്നായാരിക്കും. അവരൊക്കെ അങ്ങനെ ചെയ്യുകയാണെങ്കിൽ ഞാൻ എന്റെ മൂത്തമകളെ സൂര്യനും, രണ്ടാമത്തെ മകളെ ചന്ദ്രനും, ഇളയമകളെ കാക്കമകനും കൊടുക്കും തീർച്ച.'

അതുകേട്ട സൂര്യൻ അയാളാഗ്രഹിച്ചതുപോലെ നല്ല ചൂടുനൽകി പാടത്ത് (കൃഷിസ്ഥലത്ത്) ഉണ്ടായിരുന്ന ധാന്യങ്ങൾ പകൽസമയത്ത് ഉണക്കിക്കൊടുത്തു. വൈകാറായപ്പോൾ ചന്ദ്രൻ തന്റെ വെളിച്ചം പാടത്ത് പാലുപോലെ ഒഴുക്കി. കാക്കമകൻ പാടത്ത് ഓടിനടന്ന് മണികൾ കൊത്തിപ്പെറുക്കി ശേഖരിച്ച് അയാൾക്ക് നൽകി. സന്തുഷ്ടനായ വൃദ്ധൻ ധാന്യമണികളുമായി വീട്ടിൽ തിരികെയെത്തിയയുടൻ തന്റെ മൂത്തമകളെ വിളിച്ചുപറഞ്ഞു.

'മോളെ, നീ നല്ലതുപോലെ ഒരു സുന്ദരിയെപ്പോലെ വസ്ത്രം ധരിച്ച് നമ്മുടെ വീടിന്റെ മുന്നിൽ നിൽക്കണം. വേഗം വേണം, കേട്ടോ. നിന്റെ നല്ലതിനുവേണ്ടിയാ'

വൃദ്ധന്റെ മൂത്തമകൾ അച്ഛൻ പറഞ്ഞതുപോലെ ചെയ്തു. അങ്ങനെ സുന്ദരിയായി വീട്ടുമുറ്റത്ത് നിന്ന അവളെ സൂര്യൻ കാണുകയുണ്ടായി. ഉടനെത്തന്നെ സൂര്യൻ മനുഷ്യരൂപത്തിൽ ഭൂമിയിൽ എത്തുകയും അവളേയും കൂട്ടിക്കൊണ്ട് തന്റെ വാസസ്ഥലത്തേക്ക് പോകുകയും ചെയ്തു. പിന്നീട് വൃദ്ധൻ രണ്ടാമത്തെ മകളെ വിളിച്ച പറഞ്ഞു.

'മോളെ, നീ നല്ലതുപോലെ വസ്ത്രങ്ങളും ആഭരണങ്ങളുമെല്ലാം ധരിച്ച് ചേച്ചിയെപ്പോലെ നമ്മുടെ വീടിന്റെ മുന്നിൽ നിൽക്കണം. നിനക്കും നല്ലതുവരും.'

അവളും അച്ഛനെ അനുസരിച്ചു. നേരം കുറച്ച് വൈകിക്കഴിഞ്ഞിരുന്നതിനാൽ അവളെക്കൊണ്ട് അവിടെ എത്തിയത് മനുഷ്യരൂപം ധരിച്ച ചന്ദ്രനായിരുന്നു. ചന്ദ്രൻ വൃദ്ധന്റെ രണ്ടാമത്തെ മകളെ കൂട്ടിക്കൊണ്ട് അദ്ദേഹത്തിന്റെ വീട്ടിലേക്ക് മടങ്ങി.

അടുത്തത് വൃദ്ധന്റെ മൂന്നാമത്തെ മകളുടെ ഊഴമായിരുന്നു. അവളെ കൂട്ടിക്കൊണ്ടുപോകാൻ എത്തിയത് പക്ഷികളുടെ നേതൃസ്ഥാനീയനായിരുന്ന കാക്കമകനായിരുന്നു. അങ്ങനെ തന്റെ പെൺമക്കളെ മൂന്നു പേരെയും ഭർത്താക്കന്മാരുടെ അടുക്കൽ എത്തിച്ച് കുറേദിവസങ്ങൾ കഴിഞ്ഞ് വൃദ്ധൻ അയാളുടെ ഭാര്യയോടു പറഞ്ഞു.

'എടീ, ഭാര്യേ. ഞാൻ നമ്മുടെ മൂത്തമരുമകനെ ഒന്നു കാണാൻ പോകുകയാ'

വീട്ടിൽ വിരുന്നുകാരനായിയെത്തിയ ഭാര്യാപിതാവിനെ സൂര്യൻ വിനയപൂർവ്വം സന്തോഷത്തോടെ സ്വീകരിച്ചു.

'വന്നാലും, വന്നാലും. അങ്ങ് ഞങ്ങളെ കാണാൻ വന്നല്ലോ. വളരെ സന്തോഷം. ഞാനങ്ങയുടെ സന്തോഷത്തിനായി എന്താണ് ചെയ്യേണ്ടത്. പറഞ്ഞാലും.'

'എനിക്ക് പ്രത്യേകിച്ചൊന്നും വേണ്ട, മകനേ. നിങ്ങടെയൊക്കെ സ്നേഹം മാത്രം മതി.'

'ഛെ, ഛെ. അങ്ങനെ പറഞ്ഞാൽ പറ്റില്ല.'

സൂര്യൻ ഭാര്യെ വിളിച്ചുപറഞ്ഞു. നിന്റെ അച്ഛനുവേണ്ടി ഒരു നല്ല കസ്റ്റേഡ് (Custard- പാലും മുട്ടയും ചേർത്തുണ്ടാക്കുന്ന ഒരുതരം മധുരപലഹാരം) ഉണ്ടാക്ക്. വേഗമാകട്ടെ

പിന്നീട് സൂര്യൻ അടുക്കളമുറിയുടെ നടുക്കായി ഇരുന്നു. ഭാര്യ കസ്റ്റേഡിനുവേണ്ട കൂട്ടുകളെല്ലാം തയ്യാറാക്കി കസ്റ്റേഡ് ഉണ്ടാക്കാനുപയോഗിക്കുന്ന ചട്ടിയിൽ സൂര്യന്റെ ആജ്ഞപ്രകാരം അദ്ദേഹത്തിന്റെ പുറത്തുവച്ചു. നിമിഷങ്ങൾക്കുള്ളിൽ കസ്റ്റേഡ് പാകത്തിന് വെന്തു. പിന്നീട് സൂര്യനും ഭാര്യയും ചേർന്ന് കസ്റ്റേഡ് വൃദ്ധന് നൽകി. അദ്ദേഹം അത് ആസ്വദിച്ചു കഴിച്ചു. പിന്നീട് കുറച്ചുനേരം വിശ്രമിച്ചതിനുശേഷം വീട്ടിലേക്ക് മടങ്ങി. വൃദ്ധൻ മകളുടെ വീട്ടിൽ നടന്ന കാര്യങ്ങളെല്ലാം ഭാര്യയോട് സന്തോഷത്തോടെ വിവരിച്ചു. അടുത്ത ദിവസം അയാൾ ഭാര്യയോട് പറഞ്ഞു.

'എടിയേ, ഇന്ന് മകളും മരുമകനും ഉണ്ടാക്കിയതുപോലെ നമുക്കും ഒരു കസ്റ്റേഡ് ഉണ്ടാക്കി കഴിക്കാം. എന്തു നല്ല സ്വാദായിരുന്നുവെന്നോ. ഞാൻ പറയുന്നതുപോലെ നീ വേഗം കസ്റ്റേഡ് കൂട്ടുണ്ടാക്ക്.'

പിന്നീട് അയാൾ അവരുടെ അടുക്കളമുറിയുടെ നടുക്ക് ഇരുന്നിട്ട് ഭാര്യയോട് പറഞ്ഞു.

'ഇനി ആ ചട്ടി എന്റെ പുറത്ത്, മുതുകത്ത് വെയ്ക്ക്, കസ്റ്റേഡ് വേകട്ടെ.'

അതുകേട്ട ഭാര്യ വൃദ്ധൻ പറഞ്ഞതുപോലെ ചട്ടി അദ്ദേഹത്തിന്റെ പുറത്ത് വെച്ചിട്ട് ചോദിച്ചു.

'ഇതെന്തുകൂത്താ? അങ്ങ് എന്താ കാണിക്കുന്നത്? ചട്ടി അങ്ങയുടെ പുറത്തുവെച്ചാൽ കസ്റ്റേഡ് എങ്ങനെ വേകും.?'

'അതൊക്കെ നീ നോക്കിക്കോ. ചട്ടി പുറത്തുവെച്ചില്ലേ. ഇനി അല്പം ക്ഷമിക്ക്. നമ്മുടെ മരുമകനും ഇങ്ങനെയാ ചെയ്തത്.'

ഭാര്യ കുറച്ചുനേരം കാത്തുനിന്നു. കുറേനേരം പോയിട്ടും കസ്റ്റേഡ് വെന്തുകിട്ടിയില്ലെന്നുമാത്രമല്ല അത് കുറേശ്ശെ പുളിക്കാനും തുടങ്ങി. അതുകൊണ്ട് വൃദ്ധ ചട്ടി അയാളുടെ മുതുകിൽനിന്ന് എടുത്തുമാറ്റി അവരുടെ അടുപ്പിൽവെച്ച് വേവിച്ചെടുത്തു. പിന്നീട് അവർ രണ്ടുപേരും അതു കഴിച്ചു.

രണ്ടുമൂന്നു ദിവസങ്ങൾക്കുശേഷം വൃദ്ധൻ തന്റെ രണ്ടാമത്തെ മരുമകന്റെ വീട്ടിലേക്കുപോയി. ചന്ദ്രനും ഭാര്യാപിതാവിനെ സ്നേഹത്തോടെതന്നെയാണ് സ്വീകരിച്ചത്. ചന്ദ്രൻ അദ്ദേഹത്തെ സ്വാഗതം ചെയ്തുകൊണ്ടു ചോദിച്ചു.

'വളരെ സന്തോഷം! അങ്ങ് ഞങ്ങളുടെ അതിഥിയായി ഇവിടെ വന്നല്ലോ. അങ്ങയുടെ സന്തോഷത്തിനായി ഞങ്ങൾ എന്താണ് ചെയ്യേണ്ടത്? പറഞ്ഞാലും!'

വൃദ്ധൻ മറുപടി പറഞ്ഞു.

'എനിക്ക് പ്രത്യേകിച്ച് ഒന്നുംവേണ്ട. നിങ്ങളെയൊക്കെ കണ്ടാൽ മാത്രം മതി. നിങ്ങളുടെ സ്നേഹം മാത്രം മതി.'

'ഏയ്. എന്നാലും അങ്ങനെയല്ലല്ലോ. ഞാൻ അങ്ങയ്ക്ക് കുളിക്കാൻ കുളിമുറി ഒരുക്കാം. കുളിച്ചുവന്നതിനുശേഷം ഭക്ഷണം കഴിക്കാം. ഭക്ഷണമെല്ലാം അച്ഛന് ഇഷ്ടപ്പെട്ട രീതിയിൽ അച്ഛന്റെ മോളുതന്നെ ഉണ്ടാക്കും.'

'ഇപ്പോൾ കുളിമുറി ഒരുക്കിയാൽ അതിനകത്ത് ഇരുട്ടായിരിക്കുകയില്ലേ? എങ്ങനെ കുളിക്കും?' വൃദ്ധൻ മരുമകനോട് ചോദിച്ചു.

'ഇല്ലില്ല. ഞാൻ അങ്ങയ്ക്കുവേണ്ട വെളിച്ചം, പാകത്തിന് വേണ്ടത്ര വെളിച്ചം കുളിമുറിയിൽ എത്തിച്ചുതരാം.' പിന്നീട് ചന്ദ്രൻ കുളിമുറിയുടെ ഭിത്തിയിൽ അദ്ദേഹത്തിന്റെ ചൂണ്ടുവിരൽ അമർത്തി ഒരു ചെറിയ ഓട്ട ഉണ്ടാക്കി. ആ ഓട്ടയിൽക്കൂടി അദ്ദേഹത്തിന്റെ പാലുപോലെയുള്ള

വെളിച്ചം കുളിമുറിയിലേക്ക് കടത്തിവിട്ടു. വൃദ്ധൻ കുളിമുറിയിൽക്കയറി നന്നായി കുളിച്ചു. പിന്നീട് അന്നേദിവസം അവിടെ വിശ്രമിച്ചിട്ട് അടുത്ത ദിവസം സ്വന്തം വീട്ടിലേക്ക് മടങ്ങി.

വീട്ടിൽ ചെന്നശേഷം അയാൾ ഭാര്യയെ വിളിച്ചു രണ്ടാമത്തെ മകളുടെ വിട്ടിലെ വിശേഷങ്ങളും അദ്ദേഹത്തിന്റെ അനുഭവങ്ങളുമെല്ലാം വിശദമായി പറഞ്ഞു.

എല്ലാം വിശദീകരിച്ചതിനുശേഷം വൃദ്ധൻ തുടർന്നു പറഞ്ഞു.

'എടീ, നീയും വൈകീട്ട് നമ്മുടെ കുളിമുറിയിൽ നന്നായി കുളിക്ക്. ഞാൻ നമ്മുടെ രണ്ടാമത്തെ മരുമകന്റെ വീട്ടിൽ ചെയ്തതുപോലെ. നല്ല സുഖമായിരിക്കും. എല്ലാം ഞാനൊരുക്കിത്തരാം.'

'അതിന് ഇപ്പോ കുളിക്കാൻ പോയാൽ കുളിമുറിയിൽ നല്ല ഇരുട്ടായിരിക്കും. ഇരുട്ടത്തുനിന്ന് കുളിക്കാൻ എന്നെക്കൊണ്ടാവില്ല.'

'അതേ, നീ വിഷമിക്കണ്ട. വെളിയിലുള്ള വെളിച്ചം ഞാൻ കുളിമുറിയിലേക്ക് കടത്തിത്തരാം; നമ്മുടെ രണ്ടാമത്തെ മരുമകൻ ചെയ്തതുപോലെ.

അങ്ങനെ വൃദ്ധ കുളിക്കാൻ കുളിമുറിയിൽ കയറി. അയാൾ ചന്ദ്രൻ ചെയ്തതുപോലെ അയാളുടെ വിരലുപയോഗിച്ച് കുളിമുറിയുടെ ഭിത്തിയിൽ ഒരോട്ട ഉണ്ടാക്കി. പക്ഷേ ഓട്ടയിൽക്കൂടി അയാൾ പ്രതീക്ഷിച്ചതുപോലെ വേണ്ടത്ര വെളിച്ചം കുളിമുറിയിൽ എത്തിയില്ല. അയാളുടെ ഭാര്യ കുളിമുറിയിൽനിന്ന് ഉറക്കെ വിളിച്ചുപറഞ്ഞു.

'ഇതിനകത്ത് മുഴു ഇരുട്ടാ. ഇവിടെനിന്ന് കുളിക്കാൻ എന്നേക്കൊണ്ട് കഴിയില്ല.'

അങ്ങനെ രണ്ടുമൂന്നു പ്രാവശ്യം വിളിച്ചുപറഞ്ഞതിനുശേഷം അവർ കുളിമുറിയിൽനിന്നും പുറത്തുചെന്ന് ഒരു വിളക്ക് കത്തിച്ച് അത് കുളിമുറിയിൽ കൊണ്ടുവെച്ചതിനുശേഷം കുളിച്ചു.

അടുത്ത ദിവസം ആ വൃദ്ധൻ തന്റെ ഇളയ മരുമകനായ കാക്കമകന്റെ അടുത്തേക്ക് യാത്രതിരിച്ചു. അവിടെ മരുമകനും മരുമകളും അയാളെ വളരെ സ്നേഹത്തോടെതന്നെ സ്വീകരിച്ചു.

'ഓ! അച്ഛൻ വന്നോ? നല്ലത് അച്ഛന് എന്തുവേണമെങ്കിലും ചോദിക്കണം. കേട്ടോ. ഒന്നിനും മടിക്കരുത്.' മകളും മരുമകനും പറഞ്ഞു.

'ഏയ്, ഞാൻ നിങ്ങളെക്കണ്ട് നിങ്ങളുടെ സന്തോഷത്തോടെയുള്ള ജീവിതം ഒന്നുകാണുക. അത്രമാത്രമേ വേണ്ടൂ. എനിക്ക് മറ്റൊന്നും ആവശ്യമില്ല.' അയാൾ മറുപടിയായി പറഞ്ഞു.

'എങ്കിൽ നമുക്ക് ആഹാരത്തിനുശേഷം നമ്മുടെ ഉയർന്ന മാടിയിൽ

(കൊമ്പിൽ) ചേക്കേറാം. അവിടെയാകുമ്പോൾ നല്ല കാറ്റുണ്ടാകും. മാത്ര മല്ല. ചുറ്റുപാടൊക്കെ കാണാൻ നല്ല രസമായിരിക്കും.'

'അങ്ങനെയാകട്ടെ.'

'അതേ. നല്ലതുപോലെ വിശ്രമിച്ചിട്ട് നാളെ അച്ഛൻ തിരികെപോ യാൽ മതി. ധൃതിവെയ്ക്കേണ്ട. ഞാനും അച്ഛന് കൂട്ടിനായി അതേ കൊമ്പിൽ ചേക്കേറാം.' മരുമകൻ പറഞ്ഞു.

'അതെ. അങ്ങനെതന്നെ.' അയാളും സമ്മതിച്ചു.

ഭക്ഷണത്തിനുശേഷം കാക്കമകൻ സംഘടിപ്പിച്ച ഒരേണിയിൽക്കൂടി അവർ രണ്ടുപേരും നേരത്തെ പറഞ്ഞിരുന്നതുപോലെ ചേക്കേറി. അവിടെയിരുന്ന് ചുറ്റുപാടുകൾ കാണാൻ വളരെ സുന്ദരമായിരുന്നു; കൂടാതെ നല്ല ഇളം കാറ്റും. രണ്ടുപേരും നല്ലതുപോലെ ഉറങ്ങി. പക്ഷേ കഷ്ടകാലമെന്നല്ലാതെ എന്തു പറയാനാ. രാത്രിയിൽ എപ്പോഴോ ആ മരക്കൊമ്പ് ഒടിഞ്ഞ് താഴെ വീണു. അവർ രണ്ടുപേരും മരിച്ചു. അങ്ങനെ ആ വൃദ്ധന്റെ കഥ ഇവിടെ അവസാനിക്കുന്നു.

എങ്കിലും ആ വൃദ്ധന്റെ മരുമകൻ സൂര്യൻ ചൂടും വെളിച്ചവും, രണ്ടാ മത്തെ മരുമകൻ ചന്ദ്രൻ പാലുപോലെ കുളിർമയുള്ള പ്രകാശവും ഭൂമിവാസികൾക്ക് ഇന്നും നൽകിക്കൊണ്ടേയിരിക്കുന്നു. അതേപോലെ പക്ഷികൾ മനുഷ്യന്റെ മിത്രങ്ങളായി കഴിയുന്നു.

രാഹുവും കേതുവും

നിങ്ങൾ സൂര്യഗ്രഹണത്തെയും ചന്ദ്രഗ്രഹണത്തെയും കുറിച്ച് (Solar Eclipse & Lunar Eclipse) ചിലപ്പോഴെങ്കിലും കേട്ടുകാണും. ചിലർ ഗ്രഹണസമയത്ത് ശാസ്ത്രജ്ഞന്മാരുടെ സഹായത്തോടെ നക്ഷത്രബംഗ്ലാവുകളിലോ (ജ്യോതിർനിരീക്ഷണശാലകളിലോ Observatories) പോയി ഗ്രഹണം കണ്ടു എന്നു വരാം; മറ്റുചിലർ പ്രത്യേകതരം കണ്ണടകൾ ഉപയോഗിച്ച് കണ്ടു കാണും. ഗ്രഹണം എങ്ങനെ ഉണ്ടാകുന്നു എന്ന് ഇന്ന് ശാസ്ത്രീയമായ ആധികാരികതയോടെ നമുക്ക് അറിയാവുന്ന കാര്യമാണ്. ഇന്നു മാത്രമല്ല, ഏതാണ്ട് 1500/1600 വർഷങ്ങൾക്കുമുമ്പുതന്നെ (അതായത്, പ്രസിദ്ധിപെറ്റ ഇന്ത്യൻ ശാസ്ത്രജ്ഞൻ ആര്യഭട്ടന്റെ കാലം മുതൽക്കുതന്നെ) ഈ ശാസ്ത്രീയസത്യം നമുക്ക് അറിയുകയും ചെയ്തുമായിരുന്നു. എങ്കിലും പണ്ടുകാലം മുതൽക്കേ നമ്മുടെയിടയിൽ ഗ്രഹണം എങ്ങനെയുണ്ടാകുന്നു എന്നതിനേക്കുറിച്ച് ചില കഥകളും വിശ്വാസങ്ങളും (ശാസ്ത്രീയമായി അംഗീകരിക്കാൻ കഴിയാത്തവ) നിലനിൽക്കുന്നു. അവയൊന്നും ശരിയല്ലെന്ന് നമുക്ക് തികഞ്ഞ ബോധ്യമുണ്ടെങ്കിലും വിശ്വാസങ്ങൾ മനുഷ്യമനസ്സിൽ നിന്ന് പൂർണ്ണമായും എടുത്തുമാറ്റുക അത്ര എളുപ്പമല്ല. വേണമെങ്കിൽ അത്തരം വിശ്വാസങ്ങളെ മനസ്സിലെ ഒഴിയാബാധകളായ വിശ്വാസങ്ങൾ (Obsessions) എന്ന് നമുക്ക് വിശേഷിപ്പിക്കാം. അങ്ങനെയുള്ള വിശ്വാസങ്ങളുടെ അടിസ്ഥാനത്തിൽ നമ്മുടെ പൂർവ്വികന്മാർ രൂപംകൊടുത്ത ചില കഥകൾ കേൾക്കാനും വായിക്കാനും രസമായിരിക്കും അല്ലേ.

ഹിന്ദുവിശ്വാസപ്രകാരം (ഭാഗവതത്തിലും വിഷ്ണുപുരാണങ്ങളിലും മറ്റും കാണാവുന്ന കഥകൾ) സമുദ്രം കടഞ്ഞ് അമൃത് എടുക്കാൻ ദേവന്മാരും അസുരന്മാരും ചേർന്ന് ഒരു ശ്രമം നടത്തി. അവർ ആ ശ്രമത്തിൽ

വിജയിക്കുകയും ചെയ്തു. അമൃത് കഴിക്കുന്നവർക്ക് പിന്നീട് മരണം ഉണ്ടാകുകയില്ല. അതുകൊണ്ട് അമൃത് തങ്ങൾക്കുമാത്രമായി കിട്ടണമെന്ന് ദേവന്മാരും, അല്ല, അത് തങ്ങൾക്കുമാത്രം അവകാശപ്പെട്ടതാണെന്ന് അസുരന്മാരും വഴക്കടിച്ചു. (പാവം മനുഷ്യർക്ക് അമൃതിന്റെ പങ്ക് കൊടുക്കണ്ട എന്ന് ദേവന്മാരും അസുരന്മാരും നിശ്ചയിച്ചു കാണും. അതിനെക്കുറിച്ച് നമുക്കറിയില്ല. പക്ഷേ മനുഷ്യർക്ക് അമൃത് കിട്ടിയില്ലെന്നത് തീർച്ച. അതുകൊണ്ടാണല്ലോ ജനിക്കുന്ന മനുഷ്യരെല്ലാം ഏതെങ്കിലും ഒരു കാരണം കൊണ്ട് ഏതെങ്കിലുമൊരു സമയത്ത് മരിക്കേണ്ടിവരുന്നത്.)

അപ്പോൾ ഹിന്ദുക്കളുടെ പ്രധാന ദേവന്മാരിൽ ഒരാളായ ബ്രഹ്മാവ് ഇടപെട്ട് വഴക്ക് ഒതുക്കിത്തീർക്കാൻ ശ്രമിച്ചു. അദ്ദേഹം ദൈവമായ വിഷ്ണുവിനോട് അമൃത് രണ്ടുകൂട്ടർക്കും സമമായി വീതിച്ച് കൊടുക്കണമെന്ന് അഭ്യർത്ഥിച്ചു. വിഷ്ണുവും അതിന് സമ്മതിച്ചു. ദേവന്മാരും അസുരന്മാരും നീണ്ട വരികളിലായി വിഷ്ണുവിന്റെ കയ്യിൽനിന്ന് അമൃത് വാങ്ങുവാൻ ആകാംക്ഷയോടെ കാത്തിരുന്നു. പക്ഷേ 'സ്വർഭനു' എന്ന അസുരന് താൻ അസുരന്മാരുടെ നിരയിൽ ഇരുന്നാൽ ഏതെങ്കിലും കാരണവശാൽ തനിക്ക് അമൃത് കിട്ടാതെപോയാലോ എന്ന സംശയം തോന്നി. വിഷ്ണുവിന് ദേവന്മാരോട് കൂടുതൽ മമത ഉണ്ടെന്നും അയാൾ കരുതി. അതുകൊണ്ട് സ്വർഭനു ദേവന്മാരെപ്പോലെ അണിഞ്ഞൊരുങ്ങി താനും ഒരു ദേവനാണെന്ന രീതിയിൽ സൂര്യദേവന്റെയും ചന്ദ്രദേവന്റെയും നടുക്കായി ഇരുന്നു. തങ്ങളുടെ ഇടയിൽ ഇരിക്കുന്നയാൾ ദേവനല്ലെന്നും അസുരനാണെന്നും സൂര്യനും ചന്ദ്രനും സംശയം തോന്നി. എങ്കിലും അവർ ആ വിവരം ആരോടും പറയാതെ ക്ഷമിച്ചിരുന്നു- നല്ല സന്ദർഭം കാത്തിരുന്നു എന്നു പറയുന്നതാകും കൂടുതൽ ശരി.

വിഷ്ണു അമൃതകുടവുമായി തങ്ങളുടെ മുമ്പിൽ എത്തിയപ്പോൾ (വിഷ്ണു അങ്ങനെയെത്തിയത് അതീവ സുന്ദരിയായ മോഹിനിയുടെ രൂപത്തിലായിരുന്നു എന്നും അത് അസുരന്മാരുടെ ശ്രദ്ധ തന്നിലേക്ക് ആവാഹിച്ച് ദേവന്മാർക്ക് കൂടുതലായി അമൃത് നൽകി അസുരന്മാരുടെ ഊഴം വരുമ്പോഴെക്കും കുടം കാലിയാക്കാനുള്ള ശ്രമം അസുരന്മാരറിയാതെ അവരുടെ ശ്രദ്ധതിരിച്ചുവിടാനും ആയിരുന്നു എന്നും പറയപ്പെടുന്നു.) സൂര്യനും ചന്ദ്രനും അവരുടെ സംശയം വിഷ്ണുവിനോട് പറഞ്ഞു. വിഷ്ണു തന്റെ ദിവ്യശക്തികൊണ്ട് ഉടനെ സത്യം മനസ്സിലാക്കി എന്നുമാത്രമല്ല കോപിഷ്ഠനായി സ്വർഭനുവിന്റെ ശിരച്ഛേദം ചെയ്തു. ആ അസുരന്റെ തലയും ഉടലും രണ്ടായി മുറിഞ്ഞുവീണു. പക്ഷേ വിഷ്ണു അങ്ങനെ ചെയ്യുന്നതിനുമുമ്പുതന്നെ കൈക്കുമ്പിളിൽ വിഷ്ണു വിളമ്പിക്കൊടുത്ത അമൃത്

സ്വർഭനു കഴിച്ചു കഴിഞ്ഞിരുന്നു. എങ്കിലും വിഷ്ണു കഴുത്ത് ഛേദിക്കുമ്പോൾ അമൃത് സ്വർഭനുവിന്റെ തൊണ്ടവരെ മാത്രമേ ഇറങ്ങിയിരുന്നുള്ളൂ. അതുകൊണ്ട് സ്വർഭനു അതിനുള്ളിൾത്തന്നെ ഒരളവുവരെ അമരത്വം നേടിക്കഴിഞ്ഞിരുന്നു- അതുകൊണ്ട് രണ്ടായി മുറിഞ്ഞുവീണ ഭാഗങ്ങൾക്ക് ഒന്നാകാൻ കഴിഞ്ഞില്ലെങ്കിലും കഴുത്തിനുമുകളിലുള്ള ഭാഗം രാഹു എന്ന പേരിലും കഴുത്തിന് താഴെയുള്ള ഭാഗം കേതു എന്ന പേരിലും ഇന്നും ജീവിക്കുന്നു. അങ്ങനെ ജീവിച്ചുകൊണ്ടേയിരിക്കുന്ന രാഹുവും കേതുവും സൂര്യചന്ദ്രന്മാരോട് തീരാത്ത പക മനസ്സിൽ സൂക്ഷിക്കുന്നു. മാത്രമല്ല, പക വീട്ടാൻ ഒരു സന്ദർഭത്തിനായി കാത്തിരിക്കുന്നു. തക്കം കിട്ടുന്ന സമയത്തൊക്കെ അവർ സൂര്യനെയും ചന്ദ്രനേയും പിടിച്ചു വിഴുങ്ങും. രാഹു സൂര്യനേയും കേതു ചന്ദ്രനെയുമാണ് വിഴുങ്ങാറുള്ളത്. പക്ഷേ രാഹുവിന് കൈകളില്ലാത്തതുകൊണ്ട് സൂര്യൻ രാഹുവിന്റെ പിടിയിൽനിന്ന് രക്ഷപ്പെടും. അങ്ങനെ രാഹുവിന്റെ വായിൽ പെട്ടുപോകുന്ന സമയത്ത് നമുക്ക് സൂര്യനെ കാണാൻ കഴിയുകയില്ല. അങ്ങനെ സൂര്യനെ കാണാതാകുന്ന പ്രതിഭാസമാണ് സൂര്യഗ്രഹണം. അതേപോലെ കേതു ചന്ദ്രനെ വിഴുങ്ങാൻ ശ്രമിക്കുന്ന സമയത്ത്, ചന്ദ്രനെ നമുക്ക് കാണാൻ കഴിയാത്ത സമയത്ത് ചന്ദ്രഗ്രഹണവും. ഈ വിശ്വാസം ഇന്നും നമ്മുടെയിടയിൽ നിലനിൽക്കുന്നു. എങ്കിലും നേരത്തെ സൂചിപ്പിച്ചതുപോലെ വളരെ വളരെ കാലങ്ങൾക്ക് മുമ്പുതന്നെ വിശദമായും ശാസ്ത്രീയമായും ഈ വിഷയങ്ങളിൽ പഠനം നടത്തിയ ഒരു നാടാണ് നമ്മുടേതെന്ന് നാം മറക്കണ്ട.

വളരെ വളരെ കാലങ്ങൾക്കുമുമ്പുതന്നെ സൂര്യഗ്രഹണവും ചന്ദ്രഗ്രഹണവും എങ്ങനെയുണ്ടാകുന്നു എന്ന് നമ്മുടെ പൂർവ്വികന്മാർക്ക് ഏതാണ്ട് കൃത്യമായിതന്നെ പറയാൻ കഴിഞ്ഞിരുന്നു. നമ്മുടെ പല ശാസ്ത്രജ്ഞന്മാരുടേയും അത്തരത്തിലുള്ള നിഗമനങ്ങളിൽ പലതും ഇന്ന് ആധുനിക ശാസ്ത്രലോകം അംഗീകരിച്ചിരിക്കുന്ന നിഗമനങ്ങളുമായി ഏതാണ്ട് വളരെ അടുത്തവയായിരുന്നു എന്നും നമുക്ക് അഭിമാനത്തോടെ പറയാം. അങ്ങനെ, നമ്മുടെ മുൻപേ നടന്ന ശാസ്ത്രജ്ഞന്മാരിൽ മുതൽ ഇടം ആര്യഭട്ടനുള്ളതാണ്. അതുകൊണ്ടാണ് 1975 ഏപ്രിൽ പത്തൊൻപതിന് ഇന്ത്യയുടെ ആദ്യത്തെ കൃത്രിമ ഉപഗ്രഹം വിണ്ണിൽ വിക്ഷേപിച്ചപ്പോൾ അതിന് 'ആര്യഭട്ട' എന്ന പേര് നൽകിയതും. ആര്യഭട്ടനാണ് അന്നുവരെയുണ്ടായിരുന്ന സൂര്യനും, ചന്ദ്രനും, അങ്ങനെ ആകാശം തന്നെയും ഭൂമിക്കുചുറ്റും പ്രദക്ഷിണം വെയ്ക്കുന്നു എന്നും, ഭൂമി സ്ഥിരമായി നിൽക്കുന്നു എന്നുമുള്ള കാഴ്ചപ്പാട് നിരാകരിച്ചുകൊണ്ട് ഭൂമി സ്വന്തം അച്ചുതണ്ടിൽചുറ്റുകയാണ് എന്ന കാഴ്ചപ്പാട് (അറിവ്) നമുക്ക്

ആദ്യമായി ചൂണ്ടിക്കാട്ടിയത്. അതുപോലെ ചന്ദ്രനിൽനിന്ന് നമുക്കു ലഭിക്കുന്ന വെളിച്ചം (നിലാവ്) സൂര്യനിൽനിന്ന് ചന്ദ്രനിൽ വീഴുന്ന പ്രകാശം ചന്ദ്രനിൽതട്ടി പ്രതിഫലിച്ച് വരുന്നതാണെന്നും ആദ്യം പറഞ്ഞത് ആര്യഭട്ടൻ തന്നെയാണ്. സൂര്യഗ്രഹണവും ചന്ദ്രഗ്രഹണവും ഉണ്ടാകുന്നത് ചന്ദ്രന്റെയും ഭൂമിയുടേയും മറവുകൊണ്ടാണെന്നും അദ്ദേഹം വ്യക്തമാക്കി. ഓരോ ഗ്രഹണവും എത്രനേരത്തേക്ക് എന്ന് ഏതാണ്ട് കൃത്യമായി കണക്കാക്കുവാനും അദ്ദേഹത്തിന് കഴിഞ്ഞിരുന്നു. ഉദാഹരണത്തിന് 18-ാം നൂറ്റാണ്ടിൽ ജീവിച്ചിരുന്ന Guilaume Le Gentil എന്ന ഫ്രഞ്ച് ശാസ്ത്രജ്ഞൻ ഇന്ത്യയിൽ പോണ്ടിച്ചേരി സന്ദർശിക്കാനായി വന്നിരുന്ന സമയത്ത് 1765 ആഗസ്റ്റ്മാസം 30-ാം തിയതി ഉണ്ടായ ചന്ദ്രഗ്രഹണത്തിന്റെ സമയം അദ്ദേഹത്തിന്റെ സ്വന്തമായ രീതിയിലും ആര്യഭട്ടൻ നിർദ്ദേശിച്ച രീതിയിലും കണക്കുകൂട്ടി തിട്ടപ്പെടുത്തുകയും വാസ്തവത്തിൽ ഗ്രഹണം ഉണ്ടായ സമയവുമായി തട്ടിച്ച് നോക്കുകയും ചെയ്ത വിവരം രേഖപ്പെടുത്തിയിട്ടുണ്ട്. ആര്യഭട്ടന്റെ കണക്കുകൾ പ്രകാരം കണക്കാക്കിയ സമയം വാസ്തവത്തിൽ ഉണ്ടായ ഗ്രഹണ സമയത്തേക്കാൾ 41 നിമിഷങ്ങൾ കുറവായിരുന്നു; ഫ്രഞ്ച് ശാസ്ത്രജ്ഞന്റെ കണക്കുകൾക്കനുസരണം കിട്ടിയ സമയം 68 നിമിഷങ്ങൾകുറവും. അതേപോലെ ആര്യഭട്ടൻ ദിവസത്തിന്റേയും വർഷത്തിന്റെയും (ഭൂമി ഒരു പ്രാവശ്യം സ്വന്തം അച്ചുതണ്ടിൽ ചുറ്റാൻ എടുക്കുന്ന സമയവും, ഒരു പ്രാവശ്യം സൂര്യനെ പ്രദിക്ഷണം വെയ്ക്കാൻ എടുക്കുന്ന സമയവും) ഏതാണ്ട് കൃത്യമായിതന്നെ കണ്ടെത്തി. അദ്ദേഹം കണക്കുകൂട്ടിയ സമയവും ആധുനിക ശാസ്ത്രം അംഗീകരിക്കുന്ന സമയവും തമ്മിലുള്ള വ്യത്യാസം വളരെ കുറച്ചു മാത്രമാണ്.

ആര്യഭട്ടന്റെ കണക്കുകൾ പ്രകാരം ദിവസത്തിന്റെ ദൈർഘ്യം 23 മണിക്കൂർ 56 മിനിറ്റ് 4.1 സെക്കന്റ് ആയിരുന്നു; അതേ സമയം ആധുനികശാസ്ത്രം അംഗീകരിച്ച നാം ഇന്ന് ഉപയോഗിക്കുന്ന സമയ ദൈർഘ്യം 23 മണിക്കൂർ 56 മിനിറ്റ് 4.091 സെക്കൻഡ്ഡാണ്. വ്യത്യാസം എത്ര തുശ്ചമാണെന്ന് നോക്കുക. അതുപോലെ ആര്യഭട്ടൻ കണക്കാക്കിയ വർഷദൈർഘ്യം365 ദിവസം 6 മണിക്കൂർ 12 മിനിറ്റ് 30 സെക്കന്റായിരുന്നുവെങ്കിൽ ആധുനിക ശാസ്ത്രം അംഗീകരിച്ചിരിക്കുന്നത് 365 ദിവസം 6 മണിക്കൂർ 3 മിനിറ്റ് 20 സെക്കന്റാണ്. വ്യത്യാസം ഒരുവർഷത്തിൽ വെറും 9 മിനിറ്റ് 10 സെക്കന്റുകൾ മാത്രം

ആര്യഭട്ടന്റെ സംഭാവനകൾ ജ്യോതിശാസ്ത്രത്തിൽ മാത്രം ഒതുങ്ങി നിന്നതായിരുന്നില്ല. ഗണിതശാസ്ത്രരംഗത്തും, സംഖ്യാഗണനശാസ്ത്രത്തിലുമെല്ലാം അദ്ദേഹം നൽകിയ സംഭാവനകൾ മഹത്തരമായിരുന്നു.

അതിലേക്കൊന്നും കൂടുതലായി കടക്കാതെതന്നെ നമുക്ക് ഒരു കാര്യം വ്യക്തമാകുന്നതാണ്. നമ്മുടെ നാട്ടിൽ (മറ്റു നാടുകളിലും ഉള്ളതുപോലെ തന്നെ) വളരെയധികം തെറ്റായ, അശാസ്ത്രീയങ്ങളായ വിശ്വാസങ്ങളും അത്തരം വിശ്വാസങ്ങളെ അടിസ്ഥാനമാക്കിയുള്ള കഥകളും ഉണ്ടായിരുന്നുവെങ്കിലും, ശാസ്ത്രീയമായ അറിവിലും നാം പിന്നിലായിരുന്നില്ല എന്ന സത്യം; ഈ സത്യം നാം മറക്കരുത്.

ആര്യഭട്ടനോടൊപ്പം ആ കാലഘട്ടത്തിൽ ജ്യോതിശാസ്ത്രത്തിലും ബന്ധപ്പെട്ട മറ്റ് ശാസ്ത്രങ്ങളിലും പ്രബുദ്ധരായ പല ശാസ്ത്രജ്ഞന്മാരും വൈജ്ഞാനികരും നമുക്കുണ്ടായിരുന്നു. അവരിൽ ചിലരുടെ പേരുകളും ജീവിച്ചിരുന്ന കാലവും അടയാളപ്പെടുത്തുന്നു. മറ്റ് ശാസ്ത്ര വിഭാഗങ്ങളിൽ-രസതന്ത്രത്തിൽ, നാഗാർജ്ജുന; അണുശാസ്ത്രരംഗത്ത്, കനദ മുതലായവരെ ഈ പട്ടികയിൽ ഉൾപ്പെടുത്തിയിട്ടില്ല.

പേര്	ജീവിച്ചിരുന്ന കാലം. ക്രിസ്തുവിന് മുമ്പ് (AD
ആര്യഭട്ടൻ-ഒന്നാമൻ	476-550
ബ്രഹ്മ ഗുപ്തൻ	598നടുത്ത്
ഭാസ്കര-ഒന്നാമൻ	600-680
ആര്യഭട്ട-രണ്ടാമൻ	920-1000

ഇതോടൊപ്പം കൊടുത്തിരിക്കുന്ന പടങ്ങൾ നോക്കുക. പടം 1ൽ നിന്ന് സൂര്യന്റെയും മറ്റ് ഗ്രഹങ്ങളുടേയും ചന്ദ്രന്റെയും താരതമ്യ വലുപ്പത്തേക്കുറിച്ച് നമുക്ക് മനസ്സിലാക്കാം. സൂര്യനെ അപേക്ഷിച്ച് ഭൂമിയും

പടം 1. ഭൂമിക്കടുത്ത് ഒരു ചെറിയ കുത്ത് കാണുന്നില്ലേ? അതാണ് ചന്ദ്രൻ

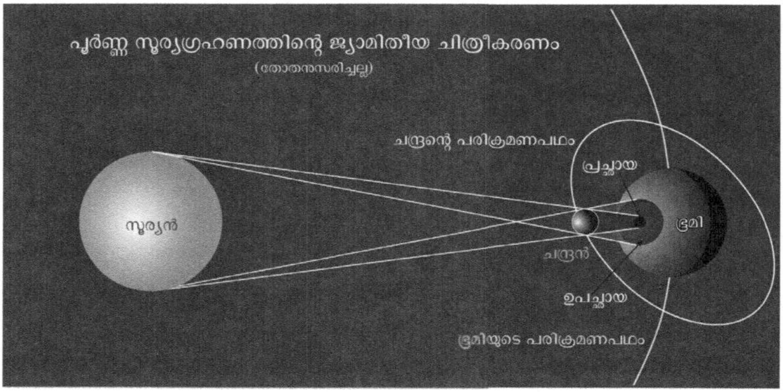

പടം 2 സൂര്യഗ്രഹണം

ചന്ദ്രനുമെല്ലാം എത്ര ചെറുതാണ്. അല്ലേ?

ഇനി നമുക്ക് ഗ്രഹണങ്ങൾ എങ്ങനെ സംഭവിക്കുന്നു എന്ന് മനസ്സിലാക്കാൻ ശ്രമിക്കാം.

സൂര്യഗ്രഹണം: പടം 2 നോക്കുക

നമ്മുടെ സൗരയൂഥം മാത്രം പഠനവിഷയമാകുമ്പോൾ സൂര്യൻ ഒരു സ്ഥാനത്തുതന്നെ തുടരുന്നു എന്നു കരുതാം. ഭൂമിയും മറ്റു ഗ്രഹങ്ങളും നിശ്ചിതവേഗത്തിൽ, നിയതമായ ഭ്രമണപഥങ്ങളിൽ സൂര്യനെ ചുറ്റിക്കൊണ്ടിരിക്കുന്നു. അതുപോലെ ചന്ദ്രൻ ഭൂമിയേയും ചുറ്റിക്കൊണ്ടിരിക്കുന്നു. മറ്റൊന്ന് ഭൂമി സ്വയം സ്വന്തം അച്ചുതണ്ടിൽചുറ്റുന്നു എന്നതാണ്. ഭൂമി ദിവസവും സ്വന്തം അച്ചുതണ്ടിൽ ചുറ്റുന്നതുകൊണ്ട് ഭൂമിയിൽ ഒരു സ്ഥാനത്ത് നിൽക്കുന്നയാളിന് ഏതാണ്ട് പകുതിക്കടുത്ത സമയം സൂര്യവെളിച്ചം കിട്ടുകയും (പകൽ) ബാക്കിസമയം വെളിച്ചം കിട്ടാതെ വരികയും (രാത്രി) ചെയ്യുന്നു; അതായത് നമുക്ക് പകലും രാത്രിയും ഉണ്ടാകുന്നു. ഭൂമിയുടെ ഏതുഭാഗത്താണോ, അതിനനുസരിച്ച് പകലിന്റെയും രാത്രിയുടേയും ദൈർഘ്യത്തിൽ ചില വ്യത്യാസങ്ങളും ഉണ്ടാകും.

ഗ്രഹണം സംഭവിക്കുന്നത് പടത്തിൽ കാണിച്ചിരിക്കുന്നതുപോലെ സൂര്യനും ഭൂമിയും ചന്ദ്രനും ഏതാണ്ട് ഒരേ രേഖയിൽ എത്തുമ്പോഴാണ്, അതായത് ചന്ദ്രന്റെ നിഴൽ കാരണം ഭൂമിയിൽ നിൽക്കുന്നയാളിന് സൂര്യൻ മറഞ്ഞുപോകുമ്പോഴാണ് സൂര്യഗ്രഹണം ഉണ്ടാകുന്നത്. അതേപോലെ ഭൂമിയുടെ നിഴൽകാരണം ചന്ദ്രനിൽ സൂര്യവെളിച്ചം വീഴാതെ വരുമ്പോഴാണ് ചന്ദ്രഗ്രഹണം ഉണ്ടാകുന്നത്. ഒരു സൂര്യഗ്രഹണവും അടുത്ത സൂര്യഗ്രഹണവും തമ്മിലുള്ള ദൈർഘ്യം നമുക്ക്

കണക്കാക്കാൻ കഴിയും- ഒരു വർഷത്തിൽ സാധാരണയായി രണ്ടു മുതൽ അഞ്ചുവരെ സൂര്യഗ്രഹണങ്ങൾ ഉണ്ടാകാം. അഞ്ച് അസാധാരണമായി മാത്രം. 1935 ൽ അഞ്ച് സൂര്യഗ്രഹണങ്ങൾ ഉണ്ടായി. ഇനി 2206 ലായിരിക്കും അഞ്ച് ഗ്രഹണങ്ങൾ ഉണ്ടാകുക, മറ്റു വർഷങ്ങളിൽ രണ്ടിനും നാലിനുമിടയ്ക്കു മാത്രം. എങ്കിലും ഭൂമിയിൽ ഒരേ സ്ഥാനത്ത് ഗ്രഹണം കാണാൻ കഴിയുക 300/400 വർഷങ്ങളിൽ ഒരിക്കൽ മാത്രമായിരിക്കും. ഒരു സൂര്യഗ്രഹണത്തിന്റെ സമയം ഏതാണ്ട് 7 മിനിറ്റും 30 നിമിഷങ്ങളുമായിരിക്കും.

ചന്ദ്രഗ്രഹണം: പടം 3 നോക്കുക

തല്ക്കാലം നമുക്ക് ചന്ദ്രൻ സ്വന്തം അച്ചുതണ്ടിൽ ചുറ്റുന്നില്ലെന്ന നമ്മുടെ ധാരണ ശരിയാണെന്നുതന്നെ കരുതാം; അതുകൊണ്ട് ഭൂമിയിൽനിന്ന് നമുക്ക് ചന്ദ്രന്റെ സൂര്യപ്രകാശം വീഴുന്ന ഒരു പകുതി മാത്രമേ കാണാൻ കഴിയുന്നുള്ളു എന്നും ചന്ദ്രന്റെ മറ്റേ പകുതി കാണാൻ കഴിയുന്നില്ല എന്നും. എങ്കിലും, ചന്ദ്രനും ഒരു നിശ്ചിത ഭ്രമണപഥത്തിൽ ഭൂമിയേ ചുറ്റിക്കൊണ്ടിരിക്കുന്നു. അതുകൊണ്ട് ഭൂമിയോടൊപ്പം ചന്ദ്രനും സൂര്യന്ചുറ്റും പ്രദിക്ഷിണം വെയ്ക്കുന്നു; ഒരു പ്രാവശ്യം ഭൂമി സൂര്യനെ ചുറ്റുന്ന സമയത്തുതന്നെ ചന്ദ്രനും ഒരു ചുറ്റ് തീർക്കുന്നു എന്നു പറയാം.

പടത്തിൽ കാണിച്ചിരിക്കുന്നതുപോലെ സൂര്യനും ഭൂമിയും ചന്ദ്രനും ഒരേ രേഖയിൽ എത്തുമ്പോഴാണ് ചന്ദ്രഗ്രഹണം ഉണ്ടാകുന്നത്. പക്ഷേ സൂര്യഗ്രഹണസമയത്ത് ചന്ദ്രൻ ഭൂമിക്കും സൂര്യനും ഇടയിലാണെങ്കിൽ ചന്ദ്രഗ്രഹണസമയത്ത് ഭൂമിയായിരിക്കും ചന്ദ്രനും സൂര്യനും ഇടയിൽ ഉണ്ടാകുക. അതുപോലെ പടത്തിൽ നിന്ന് വ്യക്തമായി

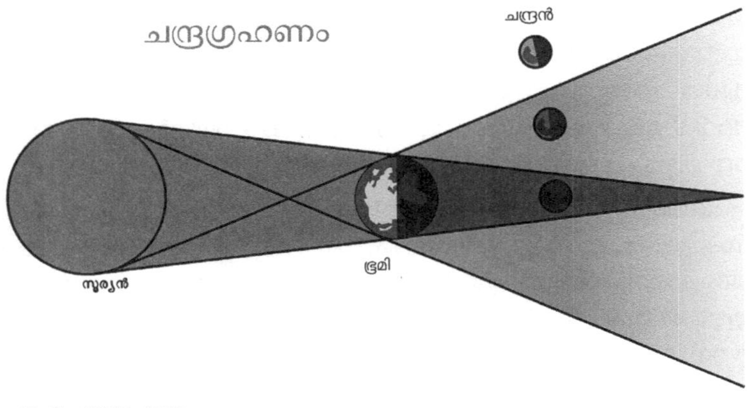

പടം 3 ചന്ദ്രഗ്രഹണം

മനസ്സിലാക്കാവുന്നതുപോലെ ചന്ദ്രൻ ഭൂമിയുടെ പൂർണ്ണ മറവിലാകുമ്പോൾ (Umbra Region) മാത്രമാണ് പൂർണ്ണമായ ഗ്രഹണം സാധ്യമാകുന്നത്. ഉപഛായാ മണ്ഡലത്തിലാണെങ്കിൽ (Penumbra Region) ഭാഗികമായി വെളിച്ചം വീഴുന്നതുകൊണ്ട് പൂർണ്ണഗ്രഹണം ഉണ്ടാകുകയില്ല.

ഒരു ചന്ദ്രഗ്രഹണ സമയം ഏതാണ്ട് ഒരു മണിക്കൂറും 45 മിനിറ്റും വരെ നീണ്ടുനിന്നേക്കാം. വർഷത്തിൽ രണ്ടുമുതൽ അഞ്ചുവരെ ചന്ദ്രഗ്രഹണങ്ങൾ ഉണ്ടാകാം. ഈ കാര്യങ്ങൾ പറയുമ്പോൾ മറ്റൊരു കാര്യം കൂടി സൂചിപ്പിക്കേണ്ടതായുണ്ട്. നാം സാധാരണ കാണാറുള്ള ചന്ദ്രനുമായി ബന്ധപ്പെട്ട കറുത്തവാവ്, വെളുത്ത വാവ് (New Moon & Full moon); അതുപോലെ ചന്ദ്രക്കല- ചന്ദ്രനെ ഭാഗികമായി കാണുന്നത് (ഭാഗികമായി കാണുന്ന ചന്ദ്രനെ നാം ചന്ദ്രക്കല എന്ന് പറയുന്നു.) ഇതൊന്നും യഥാർത്ഥത്തിൽ ഗ്രഹണങ്ങളല്ല. ക്രമേണ വൃദ്ധി പ്രാപിക്കുകയും (ക്രമേണ വലുതാകുകയും) ക്ഷയിക്കുകയും (ചെറുതാകുകയും) ചെയ്യുന്നത് നമുക്ക് ചന്ദ്രനിൽ നിന്ന് പ്രതിഫലിച്ചുകിട്ടുന്ന സൂര്യപ്രകാശം ചന്ദ്രന്റെ ഏതുഭാഗത്തുനിന്ന്, എത്ര വിസ്താരത്തിൽ നിന്നാണ് എന്നതിനെ ആശ്രയിച്ചാണ്. ചന്ദൻ ഭൂമിയെ ചുറ്റിവരുമ്പോൾ, ചന്ദ്രന്റെ ഏതു ഭാഗത്ത് സൂര്യപ്രകാശം തട്ടി അത് ഭൂമിയിലേക്ക് പ്രതിഫലിക്കപ്പെടുന്നുവോ ആ സ്ഥലഭാഗത്തിന്റെ ആകൃതിയിൽ നമുക്ക് ചന്ദ്രനെ കാണാൻ കഴിയുന്നു. പ്രകാശം ഒട്ടും കാണാൻ കഴിയാത്തദിവസം അമാവാസിയും (കറുത്ത വാവ്) ചന്ദ്രന്റെ പകുതിഭാഗം മുഴുവൻ (ഭൂമിയിൽനിന്ന് നമുക്ക് കാണാൻ കഴിയുന്ന ഭാഗം) സ്ഥലവും കാണാൻ കഴിയുന്ന ദിവസം വെളുത്തവാവ് എന്നും നാം കണക്കാക്കുന്നു. ഒരു വെളുത്ത വാവും അടുത്ത വെളുത്തവാവും തമ്മിൽ 28 ദിവസത്തെ ഇടവഴിയാണ് ഉണ്ടാകുക; അതുപോലെ രണ്ട് കറുത്തവാവുകൾ തമ്മിലും. ഇത്രയും കാര്യങ്ങൾ മനസ്സിലായപ്പോൾ രാഹുവും കേതുവും നമ്മുടെ പൂർവ്വികന്മാർ, അവർക്ക് ഗ്രഹണം എന്ന പ്രതിഭാസത്തെക്കുറിച്ച് കാര്യമായ അറിവ് ഇല്ലാതിരുന്നകാലത്ത് അവരുടെ ഭാവനയിൽ മെനെഞ്ഞെടുത്ത കഥാപാത്രങ്ങളാണെന്ന് നിങ്ങൾക്ക് മനസ്സിലായില്ലേ.

കുറിപ്പ്: ഇവിടെ കൊടുത്തിരിക്കുന്ന വിവരങ്ങൾ (പ്രത്യേകിച്ചും സംഖ്യകൾ) വളരെ കൃത്യമായികൊള്ളണമെന്നില്ല എന്നും, ഈ വിഷയങ്ങളെക്കുറിച്ച് ഒരു ശാസ്ത്രീയമായ അറിവ് പകരാനും വിഷയം പഠിക്കാൻ കൂടുതൽ താല്പര്യം ഉണ്ടാക്കാൻ ഉദ്ദേശിച്ചും മാത്രം ഉള്ളവയാണെന്നും മനസ്സിലാക്കുക.

സൂര്യന്റെ സഹോദരിയും ഒരു മന്ത്രവാദിനിയും

ഇതും റഷ്യയിൽനിന്നുള്ള ഒരു കഥയാണ്; വളരെപണ്ട് റഷ്യയുടെ പ്രാന്തപ്രദേശങ്ങളിലൊന്നിൽ ജീവിച്ചിരുന്ന ഒരു റ്റ്സാർ ചക്രവർത്തിയുടേയും അദ്ദേഹത്തിന്റെ മകൻ ഐവാൻ റ്റസാറേവിച്ചിന്റേയും കഥ. റ്റ്സാറേവിച്ച് ചെറുപ്പം മുതൽ ഒരു സംസാരശേഷിയില്ലാത്ത കുട്ടിയേപ്പോലെയായിരുന്നു; ഒന്നും സംസാരിച്ചിരുന്നില്ല. എങ്കിലും അവരുടെ കൊട്ടാരത്തിലെ കുതിരലായത്തിൽ പണിയെടുത്തിരുന്ന പരിചാരകനുമായി നല്ല അടുപ്പത്തിലും സ്നേഹത്തിലുമായിരുന്നു. റ്റ്സാറേവിച്ച് കൂടെക്കൂടെ ആ പരിചാരകന്റെ അടുത്ത് പോയിയിരിക്കുമായിരുന്നു. അയാൾ രസകരങ്ങളായ പല കഥകളും പറഞ്ഞ് കുമാരനെ സന്തോഷിപ്പിക്കുമായിരുന്നു. അന്ന്, കുമാരന് പന്ത്രണ്ട് വയസ്സ് തികഞ്ഞ ദിവസമായിരുന്നു-അന്നും കുമാരൻ പരിചാരകന്റെ അടുത്തുപോയി. പക്ഷേ അന്ന് പരിചാരകൻ പതിവിന് വിരുദ്ധമായി കഥകളൊന്നും പറയാൻ കൂട്ടാക്കിയില്ല. പകരം അയാൾ കുമാരനോട് ഒരു പ്രധാനപ്പെട്ട കാര്യമാണ് പറഞ്ഞത്

'കുമാരാ, ഞാൻ കുമാരനോട് ഒരു രഹസ്യം പറയാം. കുമാരൻ ശ്രദ്ധിച്ച് കേൾക്കണം.'

കുമാരൻ സമ്മതിച്ച് തലയാട്ടി.

'കുമാരാ, കുമാരന്റെ അമ്മ അടുത്തുതന്നെ ഒരു പെൺകുഞ്ഞിനെ പ്രസവിക്കും. അങ്ങനെ റ്റസാറേവിച്ചിന് ഒരു സഹോദരി ഉണ്ടാകും.' കുമാരൻ സന്തോഷത്തോടെ ചിരിച്ച് തലയാട്ടി.

'പക്ഷേ കുമാരാ, ജനിക്കുന്ന കുഞ്ഞ്, കുമാരന്റെ സഹോദരി ഒരു

സാധാരണ സ്ത്രീ ആയിരിക്കുകയില്ല. അവൾ വളരെ ഭയങ്കരിയായ ഒരു യക്ഷിയായിരിക്കും. മാത്രമല്ല, കുമാരാ, അവൾ നിന്റെ അച്ഛനേയും അമ്മയേയുമെല്ലാം കൊല്ലും എന്നത് തീർച്ചയാണ്. അതുകൊണ്ട്, നീ ഉടനേതന്നെ നിന്റെ അച്ഛന്റെയടുത്തുചെന്ന് ഈ ലായത്തിലുള്ളഏറ്റവും നല്ല, ഏറ്റവും വേഗത്തിൽ ഓടുന്ന കുതിരയെ ഒരു ജന്മദിന സമ്മാന മായി ചോദിച്ചു വാങ്ങിക്കണം. അങ്ങനെ നിനക്കുകിട്ടുന്ന കുതിരപ്പുറത്ത് എത്ര വേഗത്തിൽ പോകാമോ അത്രയും വേഗത്തിൽ ഇവിടെനിന്ന് പോയ്ക്കോ. അങ്ങനെ ചെയ്താൽ നിനക്ക് നിന്റെ സഹോദരിയുടെ കയ്യിൽനിന്ന് രക്ഷപ്പെടാം. നീ ഉടനെ പോയി നിന്റെ അച്ഛനെ കാണ്. നിനക്ക് നല്ലതുവരട്ടെ.'

അതുകേട്ടതും, ശരി അങ്ങനെയാകട്ടെ. നന്ദി എന്ന ആംഗ്യഭാഷയിൽ പറഞ്ഞിട്ട് കുമാരൻ അച്ഛന്റെയടുത്തേക്ക് ഓടി. അച്ഛന്റെ മുമ്പിലെത്തിയ ഐവാൻ അന്നാദ്യമായി സംസാരിച്ചു.

'അച്ഛാ, എനിക്ക് അച്ഛൻ ഒരു സമ്മാനംതരണം. ഇന്ന് എന്റെ ജന്മദിനമല്ലേ.'

തന്റെ മകൻ ആദ്യമായി പറഞ്ഞ വാക്കുകൾ കേട്ട് റ്റ്സാർ ചക്രവർ ത്തി തികച്ചും സന്തോഷിച്ചു.

'എന്താ മോനേ, നീയെന്താ പറഞ്ഞത്. ദൈവമേ എന്റെ മോന് സംസാരിക്കാൻ കഴിഞ്ഞല്ലോ. അങ്ങേയ്ക്കു നന്ദി. മോനേ, നിനക്കെന്താ സമ്മാനമായി വേണ്ടത്. പറ. വേഗം പറയ്. മോനെന്ത് ചോദിച്ചാലും ഈ അച്ഛൻ തരും തീർച്ച. വേഗം പറ. നിനക്ക് എന്തുസമ്മാനമാ വേണ്ടത്.'

'അച്ഛാ, എനിക്ക് നമ്മുടെ ലായത്തിലെ ഏറ്റവും നല്ല കുതിരയെ, ഏറ്റവും വേഗത്തിൽ ഓടുന്ന കുതിരയെ സമ്മാനമായി തന്നാലും.'

'അങ്ങനെയാകട്ടെ മോനേ! വാ. നമുക്ക് ലായത്തിൽപ്പോയി കുതിരയെ തിരഞ്ഞെടുക്കാം.'

അദ്ദേഹം കുമാരനേയും കൂട്ടിക്കൊണ്ട് കുതിരലായത്തിൽ പോയി. അവിടെയുണ്ടായിരുന്നതിൽ ഏറ്റവും നല്ല കുതിരയെ തിരഞ്ഞെടു ത്ത് കുമാരന് സമ്മാനിച്ചു. കുമാരൻ, 'ഞാനൊരു സവാരി പോയിട്ട് വരാമച്ഛാ' എന്നുമാത്രം പറഞ്ഞ്, തനിക്കുകിട്ടിയ കുതിരപ്പുറത്തുകയറി കണ്ണെത്താത്ത ദൂരത്തേക്ക്, എവിടേയ്ക്കെന്ന് നിശ്ചയമില്ലാതിരുന്ന ആ യാത്ര ആരംഭിക്കുകയും ചെയ്തു. അങ്ങനെ വളരെദൂരം പോയി ക്കഴിഞ്ഞ് വഴിയരികിൽ രണ്ടുപേരെക്കണ്ടപ്പോൾ കുമാരൻ അവരോട് അന്വേഷിച്ചു.

‘നിങ്ങളാരാണ്? എവിടെ താമസിക്കുന്നു? നിങ്ങൾക്ക് ആരൊക്കെയുണ്ട്?’

‘ഞങ്ങൾ രണ്ടു വയസ്സായവരാണ്. ഞങ്ങൾക്ക് ബന്ധുക്കളായി മറ്റാരുമില്ല. രണ്ടുപേരും ഒരു പ്രത്യേകതരം തയ്യൽ പണിക്കാരാണ്.’ അവർ മറുപടി നൽകി.

‘എങ്കിൽ എന്തുകൊണ്ട് നിങ്ങൾക്ക് എന്നെ നിങ്ങളുടെകൂടെ ഒരു മകനേപ്പോലെ താമസിപ്പിച്ചുകൂടാ? ഞാൻ നിങ്ങളോടൊപ്പം ഒരു മകനേപ്പോലെ താമസിക്കാൻ തയ്യാർ. എന്താ, എന്നെ സ്വീകരിക്കാൻ നിങ്ങൾക്ക് വിരോധമുണ്ടോ ഇല്ലല്ലൊ.’

‘നോക്കൂ, റ്റ്സാറേവിച്ച്. ഞങ്ങൾ ചെയ്യുന്ന ജോലി നോക്കൂ. ഇതാ ഇവിടെകിടക്കുന്ന ഈ പെട്ടി ഞങ്ങൾ രണ്ടായി പിളർന്ന് വീണ്ടും ഞങ്ങളുടെ കയ്യിലുള്ള സൂചിയും നൂലും ഉപയോഗിച്ച് തുന്നിച്ചേർക്കും. ഈ ജോലി വളരെ വേഗത്തിൽത്തന്നെ ഞങ്ങൾ ചെയ്തുതീർക്കും. അതിന് ഇനി അധികകാലം വേണ്ടിവരുമെന്ന് തോന്നുന്നില്ല. ഈ ജോലി തീർന്നുകഴിഞ്ഞാലുടനെ ഞങ്ങൾ രണ്ടുപേരും മരിക്കും. അതാണ് ഞങ്ങളുടെ വിധി. അതുകൊണ്ട് കുമാരൻ ഞങ്ങളോട് ക്ഷമിക്കൂ. ഞങ്ങൾക്ക് അങ്ങയെ സ്വീകരിക്കാൻ കഴിയില്ല.’

അതുകേട്ട് ഐവാന് വളരെ ദുഃഖം തോന്നി. ഐവാന്റെ കണ്ണുകൾ നിറഞ്ഞൊഴുകി എന്നുതന്നെ പറയാം.

‘ഓ, ശരി, അങ്ങനെയെങ്കിൽ ഞാൻ പോകട്ടെ.’

ഐവാൻ വീണ്ടും യാത്ര തുടർന്നു. തികഞ്ഞ സങ്കടത്തോടെ ഐവാൻ റ്റസാറേവിച്ച് വീണ്ടും വളരെദൂരം യാത്ര ചെയ്തു. അങ്ങനെ എത്തിച്ചേർന്നത് ‘വെർട്ടോഡബ്ബ്’ എന്ന രാക്ഷസന്റെ മുമ്പിലാണ്. ഐവാൻ വെർട്ടോഡബ്ബിനോട് (Vertodub) ചോദിച്ചു.

‘ഹേ, രാക്ഷസാ! ഞാൻ ഐവാൻ റ്റ്സാറേവിച്ചാണ്. അങ്ങ് ദയവായി എന്നെ ഒരു പുത്രനെയെന്നതുപോലെ സ്വീകരിച്ച് അങ്ങയോടൊപ്പം താമസിപ്പിച്ച് സഹായിക്കുമോ?’

‘ഓ അങ്ങനെ ചെയ്യാൻ എനിക്ക് ഇഷ്ടമേയുള്ളൂ. പക്ഷേ കുമാരാ, ഒരു പ്രശ്നമുണ്ട്. നോക്കൂ ഇനി ഇവിടെ നിൽക്കുന്ന ബാക്കി ഓക്കുമരങ്ങൾക്കൂടി പിഴുത് നിലത്തിട്ടാൽ എനിക്ക് വിധിച്ചിട്ടുള്ള ജോലി പൂർത്തിയാകും. അതുകഴിഞ്ഞാലുടൻ ഞാൻ മരിക്കുകയും ചെയ്യും. അതിന് ഇനി കുറേദിവസങ്ങൾക്കൂടി മാത്രമേയുള്ളൂ. അതുകൊണ്ട് കുമാരാ, എനിക്കു അങ്ങയെ എന്റെകൂടെ താമസിപ്പിച്ച് ഒരു പുത്രനെപ്പോലെ സംരക്ഷിക്കാൻ കഴിയുകയില്ല. എന്നോട് ക്ഷമിച്ചാലും.’

'എനിക്ക് അങ്ങയുടെ ബുദ്ധിമുട്ട് മനസ്സിലാകുന്നുണ്ട്. വിഷമിക്കേണ്ട. ഞാൻ പോകട്ടെ.' അത്രയും പറഞ്ഞ് കുമാരൻ (കരഞ്ഞുകൊണ്ട് എന്ന് പറയാം) വീണ്ടും യാത്ര തുടർന്നു. അങ്ങനെ വീണ്ടും വളരെദൂരം യാത്ര ചെയ്ത് എത്തിച്ചേർന്നത് 'വെർടോഗോർ' (vertogor) എന്ന മറ്റൊരു രാക്ഷസന്റെ അടുത്താണ്. ആ രാക്ഷസനോടും കുമാരൻ അപേക്ഷിച്ചു.

'ഹേ രാക്ഷസാ. അങ്ങെനിയ്ക്ക് അങ്ങയോടൊപ്പം ഒരു മകനേപ്പോലെ ജീവിക്കാൻ അനുവാദം തന്നാലും.' പക്ഷേ വെർടോഗോറിന്റെ മറുപടിയും സാന്ത്വനം നൽകുന്നതായിരുന്നില്ല.

'കുമാരാ. എനിക്ക് നിന്നെ എന്റെകൂടെ ഒരു മകനെപ്പോലെ സ്വീകരിച്ച് സംരക്ഷിക്കാൻ ഇഷ്ടമേയുള്ളൂ. പക്ഷേ സാഹചര്യം എന്നെ അതിനനുവദിക്കുന്നില്ല. നോക്കൂ. എന്റെ ഇവിടുത്തെ ജോലി ഈ കാണുന്ന കൂറ്റൻ മലകളെയെല്ലാം മിനുക്കി നല്ല മൊട്ട മലകളാക്കി മാറ്റുകയെന്നതാണ്. ഒരു ചില മലകൾ മാത്രമാണ് ഇനി ബാക്കിയുള്ളത്. അവയുടെ ജോലിയുംകൂടി കഴിഞ്ഞാൽ ഞാൻ മരിക്കും. അതാണ് എന്റെ വിധി. അതിന് ഇനി അധികം താമസമുണ്ടാകുകയില്ല. അതുകൊണ്ട് നിന്നെ സംരക്ഷിക്കാൻ എനിക്കു കഴിയുകയില്ല. എന്നോട് ക്ഷമിക്കണം.'

അതുകേട്ട് അല്പം ഉറക്കെ കരഞ്ഞുകൊണ്ട് കുമാരൻ പറഞ്ഞു.

'സാരമില്ല. എനിക്ക് മനസ്സിലാകും. ശരി. ഞാൻ പോയിവരട്ടെ.'

കുമാരൻ വീണ്ടും യാത്ര തുടർന്നു. കുറേ ദൂരം യാത്രചെയ്ത് എത്തിച്ചേർന്നത് സൂര്യന്റെ സഹോദരിയുടെ മുന്നിലാണ്. കുമാരൻ നേരത്തെ വഴിയിൽ കണ്ടവരോട് അഭ്യർത്ഥിച്ചതുപോലെ, തന്നെ ഒരു മകനേപ്പോലെ കൂടെതാമസിപ്പിച്ച് സംരക്ഷിക്കമെന്ന് അവരോടും അഭ്യർത്ഥിച്ചു.

ആദ്യം നീ ഭക്ഷണം കഴിച്ചു വിശ്രമിക്ക്. അതിനുശേഷം മറ്റുകാര്യങ്ങൾ. അവർ കുമാരനോട് പറഞ്ഞു. കുമാരന് വേണ്ട ആഹാരവും കുടിക്കാൻ പാനീയങ്ങളുംനൽകി. പിന്നീട് കുമാരന് തന്റെകൂടെ താമസിക്കുവാൻ അനുവാദവും നൽകി. അങ്ങനെ കുമാരൻ (റ്സാറേവിച്ച്) സൂര്യന്റെ സഹോദരിയോടൊപ്പം താമസിക്കാൻ തുടങ്ങി. കുമാരന് അവിടുത്തെ താമസം സുഖകരമായിരുന്നു; എല്ലാവിധത്തിലും സന്തോഷകരവും. എങ്കിലും സ്വന്തം വീട്ടിൽ എന്താണ് നടക്കുന്നത് എന്നറിയാനുള്ള ആകാംക്ഷ കുമാരനെ അസ്വസ്ഥനാക്കി. അതുകൊണ്ട് കുമാൻ അടുത്തുണ്ടായിരുന്ന ഉയരം കൂടിയ ഒരു മലമുകളിൽ കയറിനിന്ന് ദൂരത്തേയ്ക്ക്, തന്റെ അച്ഛന്റെ കൊട്ടാരം നിന്നിരുന്ന സ്ഥലത്തേക്ക് നോക്കി. അവിടെ കണ്ട കാഴ്ച ശോചനീയമായിരുന്നു. അവിടുത്തെ വൃക്ഷങ്ങളും, പൂച്ചെടികളും ഉദ്യാനവും ഒന്നും കാണാൻ കഴിഞ്ഞില്ല. എല്ലാം തിന്നും തകർത്തും

നശിപ്പിക്കപ്പെട്ടിരുന്നു. താൻ താമസിച്ച് വളർന്ന കൊട്ടാരത്തിന്റെ ഭിത്തികൾ മാത്രം നിൽപുണ്ടായിരുന്നു; ബാക്കിയെല്ലാം നശിപ്പിക്കപ്പെട്ടിരുന്നു. ആ കാഴ്ച കണ്ട് കുമാരൻ പൊട്ടിക്കരഞ്ഞു.

കുമാരൻ മലയിറങ്ങി തിരികെയെത്തിയപ്പോൾ സൂര്യസഹോദരി കുമാരനോട് ചോദിച്ചു.

'കുമാരാ, നീ എന്തിനാണ് കരഞ്ഞത്. നിന്റെ ദുഃഖത്തിന്റെ കാരണം എന്നോടു പറയൂ.'

'ഓ. ഒന്നുമില്ല. കാറ്റത്ത് എന്തോ പറന്ന് കണ്ണിൽ വീണു. അതു കൊണ്ടാണ്.' അത്രയും പറഞ്ഞിട്ട് കുമാരൻ വീണ്ടും സൂര്യസഹോദരി കാണാതെ സങ്കടപ്പെട്ട് കരഞ്ഞു. മാത്രമല്ല, താൻ കണ്ടതെല്ലാം സത്യം തന്നെയാണോ എന്നറിയാൻ വീണ്ടും അടുത്തദിവസം ഒരിക്കൽക്കൂടി മലമുകളിൽ കയറി നോക്കി. അതേ. എല്ലാം സത്യം തന്നെയായിരുന്നു. കുമാരന്റെ കണ്ണുകൾ നിറഞ്ഞൊഴുകി. കുറേ സമയത്തിനുശേഷം വീട്ടിൽ തിരികെയെത്തിയ കുമാരനോട് സൂര്യസഹോദരി ചോദിച്ചു.

'കുമാരാ, ഐവാൻ, ഇന്നും നീ കരഞ്ഞു. എന്തിനാണെന്ന് എന്നോടു പറയ്'

'ഏയ്, ഒന്നുമില്ല. കാറ്റത്ത് ഏതോ കരട് കണ്ണിൽ വീണതുകൊണ്ടാ. അത്രേയുള്ളൂ.'

കുമാരൻ പറഞ്ഞത് കേൾക്കാനിടയായ സൂര്യൻ ദേഷ്യപ്പെട്ട് കാറ്റ് അടിക്കുന്നതിന് വിലക്ക് ഏർപ്പെടുത്തി. കുറേദിവസങ്ങൾക്കുശേഷം ഐവാൻ വീണ്ടും മലമുകളിൽക്കയറി അച്ഛന്റെ കൊട്ടാരം നിന്നിരുന്ന സ്ഥലത്തേക്ക് നോക്കി. പഴയതുപോലെതന്നെ ദുഃഖിതനായ കുമാരന്റെ കണ്ണുകൾ നിറഞ്ഞൊഴുകി. വീട്ടിൽ മടങ്ങിയെത്തിയ കുമാരന് സൂര്യസഹോദരിയുടെ ചോദ്യത്തിൽനിന്ന് ഒഴിഞ്ഞുമാറാൻ കഴിഞ്ഞില്ല. സത്യം പറയേണ്ടിവന്നു. അതിനുശേഷം കുമാരൻ സൂര്യസഹോദരിയോട് പറഞ്ഞു.

'അമ്മേ, ഞാനെന്റെ സ്വന്തം കൊട്ടാരത്തിന്റെ അവസ്ഥ എന്താണെന്ന് നേരിൽപോയി അന്വേഷിച്ചിട്ട് വരാം. എനിക്ക് പോകാൻ അനുവാദം നൽകിയാലും.'

'ശരി, നീ പോയിട്ടുവാ. വെറുതെ പോയാൽപോരാ. ഒരു വീരസാഹസികനായ ചെറുപ്പക്കാരനായിട്ടുവേണം നീ അവിടേയ്ക്ക് പോകുന്നത്. എന്താ മനസ്സിലായോ?' അത്രയും പറഞ്ഞ് കുമാരന്റെ കയ്യിൽ രണ്ട് ആപ്പിളും, ഒരു ബ്രഷും ഒരു ചീപ്പും കൊടുത്തുകൊണ്ട് സൂര്യസഹോദരി കുമാരനോട് വീണ്ടും പറഞ്ഞു.

'ഇതെല്ലാം നീ കയ്യിൽ കരുതിക്കൊള്ളുക. അവസരോചിതമായി നിനക്ക് ഇവ ഉപയോഗിക്കാം. എത്ര പ്രായമായവരാണെങ്കിലും ഈ ആപ്പിളിൽ ഒരെണ്ണം കഴിച്ചാൽ അവർ വീണ്ടും ചെറുപ്പമാകും.'

അങ്ങനെ കുമാരൻ തികഞ്ഞ ആത്മവിശ്വാസത്തോടെ, സന്തോഷമായി യാത്രതിരിച്ചു. യാത്രയിൽ ആദ്യം കണ്ടത് വെർട്ടോഗോർ എന്ന രാക്ഷസനെത്തന്നെയാണ്. കണ്ടതും രാക്ഷസൻ കുമാരനോട് പറഞ്ഞു.

'കുമാരൻ വീണ്ടും വന്നോ നോക്കു കുമാരാ. ഇനി ഒരു മലകൂടിയേ ബാക്കിയുള്ളൂ. ആ മലയുടെ ജോലികൂടി കഴിഞ്ഞാൽ എനിക്ക് മരിക്കേണ്ട സമയമാകും.'

'ഹേ, രാക്ഷസാ. അങ്ങ് വിഷമിക്കേണ്ട ഞാനങ്ങയേ സഹായിക്കാം. ഇനി വളരെക്കാലം ജീവിച്ച് അങ്ങ് അങ്ങയുടെ ജോലി തുടർന്നും ചെയ്തുകൊണ്ടേയിരിക്കണം.' അത്രയും പറഞ്ഞിട്ട് കുമാരൻ തന്റെ കയ്യിലുണ്ടായിരുന്ന ബ്രഷ് നിലത്തേക്ക് എറിഞ്ഞു. പെട്ടെന്ന് ഒരു തികഞ്ഞ അത്ഭുതമാണ് ഉണ്ടായത്. ആ സ്ഥലമെല്ലാം അനേകമനേകം മലകൾ- ആകാശം തൊട്ടുനിൽക്കുന്നത്ര ഉയരമുള്ള മലകൾ ഉണ്ടായി. എത്ര മലകൾ എന്നു ചോദിച്ചാൽ എണ്ണാൻ കഴിയാത്തത്ര എന്നു മറുപടി പറയേണ്ടിവരും. അതുകണ്ട് രാക്ഷസന് വളരെ സന്തോഷമായി. തന്റെ മരണം ഇനി അടുത്തകാലത്തൊന്നും ഉണ്ടാകുകയില്ലെന്ന് അയാൾക്ക് ബോധ്യമായി. ഐവാൻ അതിനുശേഷം യാത്ര തുടർന്നു.

അടുത്ത് കുമാരൻ കണ്ടുമുട്ടിയത് ആരെയായിരിക്കും എന്ന് നിങ്ങൾക്ക് ഊഹിക്കാൻ കഴിയും. അതേ. വെർട്ടോഡബ്ബിനെത്തന്നെ. രാക്ഷസനെകണ്ടതും കുമാരൻ ചോദിച്ചു.

'ഹേ, രാക്ഷസാ. താങ്കൾക്ക് എന്നെ മനസ്സിലായിക്കാണുമല്ലോ. ഇല്ലേ. ഇനി എത്രനാളുകൾ കൂടിയുണ്ട് അങ്ങേയ്ക്ക് ജീവിതം'

'കുമാരാ, നോക്കു, ഇനി ഞാൻ പിഴുതിടാൻ ബാക്കിനിൽക്കുന്നത് മൂന്ന് ഓക്കുമരങ്ങൾ മാത്രം. ആ മരങ്ങൾ പിഴുതുകഴിഞ്ഞാൽ എന്റെ മരണം നിശ്ചയം'

'സമാധാനിക്കു, അങ്ങനെയൊന്നും സംഭവിക്കുകയില്ല. താങ്കൾ ഇനിയും വളരെക്കാലം ജീവിച്ചിരിക്കും.'

'അതെങ്ങിനെ?'

'നോക്കു' എന്നു പറഞ്ഞുകൊണ്ട് കുമാരൻ കയ്യിലുണ്ടായിരുന്ന ചീപ്പ് മുമ്പിൽകണ്ട നിലത്തിലേക്ക് വലിച്ചെറിഞ്ഞു. അപ്പോൾ എന്തു സംഭവിച്ചു എന്ന് നിങ്ങൾക്ക് ഊഹിക്കാവുന്നതേയുള്ളൂ. ആ സ്ഥലത്തു

മുഴുവൻ ഓക്കുമരങ്ങൾ വളരാൻ തുടങ്ങി- എണ്ണമില്ലാത്തത്ര എന്നുതന്നെ പറയാം. അതുകണ്ട രാക്ഷസൻ അതീവ സന്തോഷത്തോടെ പറഞ്ഞു.

'കുമാരാ, കുമാരൻ എനിക്ക് പുനർജീവിതം നൽകിയിരിക്കുന്നു. ഇനി ഞാൻ അടുത്തകാലത്തൊന്നും മരിക്കേണ്ടിവരില്ല. എങ്ങനെയാണ് ഞാൻ കുമാരനോട് നന്ദിപറയേണ്ടത്.'

'അതൊന്നും ഇപ്പോൾ പ്രശ്നമല്ല. ഏതായാലും അങ്ങേയ്ക്ക് സന്തോഷമായില്ലേ. തല്ക്കാലം അതുമതി. ഇനി ഞാൻ പോയി വരാം.'

കുമാരൻ തന്റെ തുടർന്നുള്ള യാത്രയിൽ പിന്നീട് കണ്ടത് മുൻപ് കണ്ട അതേ വൃദ്ധരെയാണ്. റ്റ്സാറേവിച്ച് അവർക്ക് ഓരോ ആപ്പിൾ സമ്മാനമായി കൊടുത്തു.

'നിങ്ങൾ രണ്ടുപേരും ഈ ആപ്പിൾ ഉടനേ കഴിക്കു. കഴിച്ചിട്ട് എന്ത് സംഭവിക്കുന്നു എന്നു നോക്കു. ഒട്ടും ഭയമോ സങ്കോചമോ വേണ്ട. നിങ്ങൾക്ക് നല്ലതുതന്നെയാകും ഉണ്ടാകുക. വേഗം കഴിക്കു.'

ആപ്പിൾ കഴിച്ച അവർ രണ്ടുപേരും അവരുടെ യൗവനം വീണ്ടുകിട്ടിയവരേപ്പോലെ സുമുഖരും ആരോഗ്യവാന്മാരുമായിത്തീർന്നു-ഓജസും ചുറുചുറുക്കുള്ളവരുമായി മാറി. തികഞ്ഞ സന്തോഷത്തോടെ അവർ കുമാരന് ഒരു തുവാല സമ്മാനമായി നൽകിക്കൊണ്ട് പറഞ്ഞു.

'കുമാരാ. ഇത് ഞങ്ങളുടെ ഒരു ചെറിയ സ്നേഹോപഹാരമായി സ്വീകരിച്ചാലും. ഈ തുവാല വിടർത്തി വീശിയാൽ ഉടനേ അങ്ങ് നിൽക്കുന്നതിന് തൊട്ടുമുമ്പുള്ള സ്ഥലത്ത് ഒരു വിസ്തൃതമായ തടാകം ഉണ്ടാകുന്നതാണ്. ഇതങ്ങേയ്ക്ക് പ്രയോജനപ്പെടും.'

'ശരി. വളരെ നന്ദി.'' കുമാരൻ അവരോട് വിടപറഞ്ഞ് യാത്ര തുടർന്നു.

അധികം താമസിയാതെ സ്വന്തം കൊട്ടാരത്തിൽ എത്തി. കുമാരൻ അവിടെയെത്തിയയുടനേ കുമാരന്റെ സഹോദരി ഓടിച്ചെന്ന് കുമാരനെ കെട്ടിയണച്ച് സ്വീകരിച്ചു.

'വരു. വരു സഹോദരാ. നീ ഇത്രനാളും എവിടെയായിരുന്നു. നിന്നെ കാണാൻ ഞാനെത്രനാളായി കൊതിക്കുന്നു. നമ്മുടെ അച്ഛനും അമ്മയും മരിച്ചതിനുശേഷം എനിക്ക് നീയല്ലാതെ ഇനി മറ്റാരുണ്ട്. വാ. ഇവിടെയിരിക്ക്. ഞാൻ നിനക്ക് ഭക്ഷണത്തിന് എന്തെങ്കിലും ഒരുക്കട്ടെ. നിനക്കിഷ്ടമാണെങ്കിൽ, ഞാൻ ഭക്ഷണം തയ്യാറാക്കുന്ന സമയത്ത് നീ ഈ വീണ വായിച്ചുകൊണ്ടിരിക്ക്. ഞാനുടനേ വരാം.' അവൾ അടുക്കളയിലേക്ക് പോയി.

കുമാരൻ അവിടെയിരുന്നു. അടുത്തിരുന്ന സംഗീതോപകരണത്തിന്റെ തന്ത്രികളിൽ വിരലുകൾ തട്ടി ഒരു നേരിയ ശബ്ദം ഉണ്ടാക്കിക്കൊണ്ടിരുന്നു. അപ്പോൾ വീണയുടെ പുറകിൽ നിന്നും ഒരു കുട്ടിയെലി ഓടിച്ചെന്ന് കുമാരനോട് മനുഷ്യഭാഷയിൽ രഹസ്യമായി പറഞ്ഞു.

'കുമാരാ. കുമാരൻ കഴിയുന്നതും വേഗം ഇവിടെനിന്നും രക്ഷപ്പെട്ടുകൊള്ളുക. കുമാരന്റെ ദുഷ്ടയായ സഹോദരി കുമാരനെ അപകടപ്പെടുത്തി ഭക്ഷണമാക്കാനുള്ള പദ്ധതി ആലോചിക്കുകയാണ്. എന്നെ വിശ്വസിക്കൂ. കുമാരൻ വേഗം പൊയ്ക്കോ.'

ഐവാൻ ഉടൻതന്നെ തന്റെ കുതിരപ്പുറത്ത് യാത്ര ആരംഭിച്ചു. കഴിയുന്നത്രവേഗത്തിൽ കുതിരയെ ഓടിച്ചു. ലക്ഷ്യം എത്രയുംവേഗം സൂര്യന്റെയും അദ്ദേഹത്തിന്റെ സഹോദരിയുടേയും വീട്ടിൽ എത്തുക എന്നതായിരുന്നു. അതിനിടയിൽ ആ കുട്ടിയെലി വീണയുടെ കമ്പികളിൽ അങ്ങോട്ടുമിങ്ങോട്ടും ചാടിനടന്ന് ശബ്ദമുണ്ടാക്കിക്കൊണ്ടേയിരുന്നു. അതുകൊണ്ട് കുറേനേരത്തേയ്ക്ക് കുമാരൻ അവിടെനിന്നും പോയ വിവരം അറിഞ്ഞില്ല.

കുറച്ചുനേരം കഴിഞ്ഞ് തന്റെ സഹോദരനെ കെണിയിൽപ്പെടുത്തി കൊന്നുതിന്നാൻ ഒരു പദ്ധതി ആലോചിച്ച് തീർച്ചപ്പെടുത്തിയതിനു ശേഷം കുമാരൻ ഇരുന്നിരുന്ന സ്ഥലത്തേക്ക് സഹോദരി എത്തി.

'അനിയാ, നീ വീണ വായിച്ചുകൊണ്ടേ ഇരിക്കുകയാണോ? വിശക്കുന്നില്ലേ? വാ. അനിയത്തി നിനക്കായി ചില നല്ല സ്വാദുള്ള ഭക്ഷണങ്ങൾ ഉണ്ടാക്കിയിട്ടുണ്ട്. വാ നമുക്കൊന്നിച്ചിരുന്ന് കഴിക്കാം.'

അപ്പോൾ കുമാരൻ അവിടെയില്ലെന്ന് മനസ്സിലാക്കിയ യക്ഷി ഒട്ടും സമയം കളയാതെ ക്രുദ്ധയായി കുമാരന്റെ പുറകെ യാത്ര തിരിച്ചു. യക്ഷി വളരെ വേഗത്തിൽ, കുമാരന്റെ കുതിരയേക്കാൾ വേഗത്തിലാണ് ഓടിയത്. അതുകൊണ്ട് അല്പസമയത്തിനുള്ളിൽത്തന്നെ അവർ കുമാരന്റെ പുറകിൽ എത്തി. യക്ഷി പുറകിൽ എത്തിയ വിവരം മനസ്സിലാക്കിയ കുമാരൻ തിരിഞ്ഞുനിന്ന് തന്റെ കയ്യിലുണ്ടായിരുനന ടുവാല എടുത്ത് നിവർത്തിക്കുടഞ്ഞു. ഉടനേ കുമാരന്റെ മുമ്പിലായി ഒരു വലിയ തടാകം ഉണ്ടായി. കുമാരൻ വീണ്ടും കുതിരയെ തന്റെ ലക്ഷ്യത്തിലേക്ക് നയിച്ച് കഴിയുന്നത്ര വേഗത്തിൽ ഓടിച്ചു. യക്ഷിക്ക് വെള്ളത്തിൽക്കൂടി നീന്തി തടാകം കടന്ന് കുമാരന്റെ പിന്നിലെത്താൻ കുറേ സമയം വേണ്ടിവന്നു. എങ്കിലും അവർ വേഗംതന്നെ കുമാരന്റെ പിന്നിൽ എത്തി.

അങ്ങനെ കുമാരൻ ജീവരക്ഷാർത്ഥം യാത്രചെയ്യുന്നത് വെർടോഡബ്ബ് കണ്ടു. കുമാരനെ രക്ഷിക്കേണ്ടത് തന്റെ കടമയാണെന്ന്

കരുതിയ രാക്ഷസൻ കൂറ്റൻ ഓക്കുമരങ്ങൾ വേഗംവേഗം പിഴുതെടുത്ത് ഒന്നിനുമുകളിൽ ഒന്നായി വഴിയിൽ കുറുകെയിട്ടു. അവ കടന്നുപോകാൻ യക്ഷി കുറെയേറെ ബുദ്ധിമുട്ടേണ്ടി വന്നു. എങ്കിലും വേഗം തന്നെ അവർ അതെല്ലാം ചാടിക്കടന്ന് കുമാരന്റെ പിന്നിൽ എത്തി. അങ്ങനെ കുതിരപ്പുറത്ത് പോകുന്ന കുമാരനെയും പിന്നിൽ ഓടിയിരുന്ന യക്ഷിയേയും കാണാനിടയായ വെർടൊഗോർ വഴിയിൽ അവർക്കിടയിലായി കുറേ കൂറ്റൻ മലകൾ ഒന്നിന് പുറകെ മറ്റൊന്നായി നിരത്തിനിർത്തി. യക്ഷിക്ക് മലകൾ കയറിയിറങ്ങി മുന്നോട്ട് ഓടാൻ ബുദ്ധിമുട്ടായെങ്കിലും അവർ വീണ്ടും കുറച്ചുസമയത്തിനുള്ളിൽത്തന്നെ കുമാരന്റെ പിന്നിൽ എത്തി.

അപ്പോഴേക്കും കുമാരൻ ഏതാണ്ട് സൂര്യഗ്രഹത്തിനടുത്ത് എത്തിയിരുന്നു. യക്ഷി കുമാരന്റെ പിന്നിൽ കുമാരനെ പിൻതുടർന്നുകൊണ്ട് ആക്രോശിക്കുന്നുണ്ടായിരുന്നു.

'എടാ, നീ എന്റെ കയ്യിൽനിന്ന് രക്ഷപ്പെട്ടെന്നാണ് നിന്റെ വിചാരം. എങ്കിൽ നിനക്ക് തെറ്റി. നിന്നെ ഞാൻ വിട്ടുവെയ്ക്കുത്തില്ല. നോക്കിക്കോ.' സൂര്യന്റെ (സഹോദരിയുടെയും) കൊട്ടാരവളപ്പിൽ എത്തിക്കഴിഞ്ഞ കുമാരൻ ഉച്ചത്തിൽ വിളിച്ചു.

'ഹേ, സൂര്യാ സൂര്യാ, കൊട്ടാരത്തിന്റെ മുന്നിലുള്ള വലിയ ജനാലകൾ തുറക്കൂ. വേഗം തുറക്കൂ. വേഗം വേണം. വേഗം!'

ശബ്ദംകേട്ട് സൂര്യൻ കൊട്ടാരത്തിന്റെ മുൻഭാഗത്തുണ്ടായിരുന്ന വലിയ ജനാല തുറന്നു. ഒട്ടും സമയം കളയാതെ കുമാരൻ തന്റെ കുതിരയെ ജനാലയിൽക്കൂടി അകത്തേക്ക് ചാടിച്ചു. അങ്ങനെ കുമാരൻ യക്ഷിയുടെ പിടിയിൽനിന്നും രക്ഷപ്പെട്ടു.

പക്ഷേ ദുഷ്ടയും ശക്തയുമായിരുന്ന കുമാരന്റെ യക്ഷി സഹോദരി അങ്ങനെ തിരിച്ചുപോകുന്നവളായിരുന്നില്ല. അവർ സൂര്യനോട് പറഞ്ഞു.

'ഹേ സൂര്യാ. ഞാനെന്റെ സഹോദരനുവേണ്ടിയാണ് ഇവിടെ നിൽക്കുന്നത്. എന്റെ സഹോദരനെ എനിക്ക് വിട്ടുതരുന്നതാണ് നല്ലത്. അങ്ങനെ തരുന്നതാണ് ന്യായവും.'

'എന്റെയടുക്കൽ സഹായം അപേക്ഷിച്ചുവന്ന ഈ കുമാരനെ തിരികെ തരുന്ന പ്രശ്നമില്ല.' സൂര്യൻ മറുപടി പറഞ്ഞു.

യക്ഷിയും സൂര്യനും കുറേനേരം പരസ്പരം സംസാരിക്കുകയും തർക്കിക്കുകയുമെല്ലാം ചെയ്തതിനുശേഷം സൂര്യനും സൂര്യന്റെ സഹോദരിയും കുമാരനെ യാതൊരു കാരണവശാലും വിട്ടുകൊടുക്കയില്ലെന്ന് മനസ്സിലാക്കിയ യക്ഷി മറ്റൊരടവ് പ്രയോഗിച്ചു.

‘ഹേ, സൂര്യ. നമുക്ക് ഒരൊത്തുതീർപ്പിലെത്താം. നമുക്ക് ഒരു ത്രാസ് സംഘടിപ്പിക്കാം. ഇവൻ ത്രാസിന്റെ ഒരു വശത്തിരിക്കട്ടെ. മറ്റേ വശത്ത് ഞാനും ഇരിക്കാം. ഇവന്റെ ഭാഗം (വശം) ഉയർന്നുനിൽക്കുകയാണെങ്കിൽ ഇവനെ എനിക്ക് വിട്ടുതരണം. അതല്ല ഇവന്റെ ഭാഗം താണുനിൽക്കുകയാണെങ്കിൽ നിങ്ങൾ പറയുന്ന എന്തും ഞാൻ സമ്മതിക്കാം. അവന് എന്നെ കൊല്ലണമെന്ന് തോന്നുകയാണെങ്കിൽ അങ്ങനെയുമാകാം. എന്താ നിങ്ങൾക്ക് സമ്മതമാണോ?’

സൂര്യൻ മനസ്സില്ലാ മനസ്സോടെ സമ്മതം മൂളി. അദ്ദേഹത്തിന്റെ ആവശ്യപ്രകാരം സിൽബന്ധികൾ ഒരു ത്രാസ് കൊണ്ടുചെന്ന് അവിടെ സ്ഥാപിച്ചു. ആദ്യം ത്രാസിന്റെ ഒരു ഭാഗത്ത് കുമാരൻ കയറിയിരുന്നു. മറ്റേ ഭാഗത്ത് യക്ഷി കയറിയിരിക്കാൻ തുടങ്ങുകയായിരുന്നു. പക്ഷേ അവർ ഒരു കാല് എടുത്തുവെയ്ക്കുമ്പോഴേക്കും കുമാരന്റെ ഭാഗത്തെ തട്ട് മുകളിലേക്ക് കുതിച്ചുയരുകയും കുമാരൻ മുകളിലേക്ക് വീശിയെറിയപ്പെടുകയും ചെയ്തു; അതേ കുമാരൻ ആകാശത്തിന്റെ മടിത്തട്ടിലേക്കു തന്നെ എറിയപ്പെട്ടു- അങ്ങനെ കുമാരൻ ആകാശത്തിൽ, സൂര്യൻ എപ്പോഴും താമസിക്കാറുള്ള അദ്ദേഹത്തിന്റെ വീട്ടിലെ ഏറ്റവും ഉയർന്ന സ്ഥാനത്തുതന്നെ ചെന്നെത്തി എന്ന് പറയാം. അതു സൂര്യന്റെ വിശാലമായ വീട്ടിലെ വളരെ വിശാലമായ ഒരു മുറിതന്നെയായിരുന്നു എന്നു പറയാം. അവിടെനിന്നും കുമാരൻ താഴേക്ക് വരുന്ന പ്രശ്നമേ ഇല്ലായിരുന്നു.

അങ്ങനെ റഷ്യൻ ചക്രവർത്തി പദവിക്ക് അർഹനായിരുന്ന ഐവാൻ റ്റ്സാറേവിച്ച് ഇന്നും സൂര്യനോടൊപ്പം (സൂര്യന്റെ സഹോദരിയോടുമൊപ്പം) ആകാശത്തിൽത്തന്നെ ജീവിക്കുന്നു എന്ന് ആ പ്രദേശത്തെ ആളുകൾ വിശ്വസിക്കുന്നു; പക്ഷേ ദുഷ്ടയായ ആ യക്ഷി ഇന്നും ഭൂമിയിൽത്തന്നെ ജീവിക്കുന്നു എന്നും.

ഒരു കടുവയും രണ്ട് കുട്ടികളും സൂര്യനും

ഇത് കൊറിയ നാട്ടിൽ പ്രചാരമുള്ള ഒരു കഥയാണ്. ഈ കഥയ്ക്ക് ആ നാട്ടിൽത്തന്നെ പല പാഠഭേദങ്ങളും ഉണ്ട്.

പണ്ട് പണ്ട് കൊറിയയിൽ ജീവിച്ചിരുന്ന ഒരു പാവപ്പെട്ട സ്ത്രീയും അവരുടെ രണ്ടു മക്കളും- ഒരു മകനും ഒരു മകളും പിന്നെ ഒരു കടുവയു മാണ് ഈ കഥയിലെ കഥാപാത്രങ്ങൾ. ഇതിൽ പറയുന്ന സംഭവം, മനുഷ്യർക്ക് സൂര്യനെയോ ചന്ദ്രനേയോകുറിച്ച് കാര്യമായ യാതൊരു അറിവും ഇല്ലാതിരുന്ന ഒരു കാലത്ത്, സൂര്യനും ചന്ദ്രനമൊക്കെ എങ്ങനെ ഉണ്ടായി എന്ന് ആലോചിച്ചിരുന്ന ചില മനുഷ്യരുടെ ഭാവനയിൽ ഉദിച്ച ഒരു കഥയായി നമുക്ക് കരുതാം. എങ്കിലും കഥ വായിക്കുന്നത് ഒരു രസം തന്നെയായിരിക്കും-അല്ലേ?

ആ പാവപ്പെട്ട സ്ത്രീ ഒരു ദിവസം സ്വത്തുകാരനായ ഒരു പ്രഭു ഒരു ക്കിയിരുന്ന ഒരു സദ്യയ്ക്ക് സഹായിക്കാനായി പോയിരുന്നു. അങ്ങനെ പല സ്വത്തുകാരുടേയും വീടുകളിൽ വീട്ടുജോലികൾ ചെയ്താണ് അവർ തനിക്കും മക്കൾക്കും ആഹാരത്തിന് വേണ്ടത് സമ്പാദിച്ചിരുന്നത്. അന്ന് പ്രഭുവിന്റെ വീട്ടിലെ സദ്യ കഴിഞ്ഞ് മടങ്ങിപ്പോകുമ്പോൾ മിച്ചമു ണ്ടായിരുന്ന കേക്കിന്റെ ഒരു വലിയ കഷണം അവർക്കും കിട്ടി. തന്റെ കുട്ടികൾക്ക് കൊടുക്കാനായി ആ വൃദ്ധ കേക്കുകഷണം എടുത്ത് വീട്ടി ലേക്ക് മടങ്ങുകയായിരുന്നു.

അങ്ങനെ സ്വന്തം വീട്ടിലേക്ക് നടന്ന് പൊയ്ക്കൊണ്ടിരുന്ന വൃദ്ധയുടെ മുമ്പിൽ തികച്ചും അപ്രതീക്ഷിതമായി ഒരു കടുവ എത്തി അവരെ തടഞ്ഞുനിർത്തി.

'ഹേ, കടുവയേ, നീയെന്തിനാ എന്നെ തടഞ്ഞുനിർത്തുന്നത്. മാറിനിൽക്ക്. എനിക്ക് വേഗം വീട്ടിലെത്തണം. എന്റെ കുഞ്ഞുങ്ങൾ വിശന്നിരിക്കുകയാ.'

'ഓഹോ, അങ്ങനെയെങ്കിൽ ഞാനും വിശന്നിരിക്കുകയാ. എനിക്ക് എന്തെങ്കിലും തിന്നാൻ തന്നാൽ ഞാൻ നിന്നെ വിടാം. അല്ലെങ്കിൽ നിന്നെത്തന്നെ തിന്നേണ്ടിവരും.'

'ഹോ. ഇതെന്തൊരു ശല്യമാ. ശരി, ഇതാ ഈ കേക്കിൽനിന്നു ഒരുതുണ്ട് നിനക്ക് തരാം. അതുതിന്നിട്ട് എന്നെ എന്റെ പാട്ടിന് വിട്.' അവർ തന്റെ കയ്യിലുണ്ടായിരുന്ന കേക്കിൽനിന്ന് ഒരു പങ്ക് കടുവയ്ക്ക് കൊടുത്തു.

കടുവ കേക്ക് കഷണം ഇഷ്ടത്തോടെ തിന്നു. എങ്കിലും വൃദ്ധയുടെ കൂടെത്തന്നെ കടുവ വീണ്ടും നടക്കാൻ തുടങ്ങി. കുറച്ചുദൂരം നടന്നുകഴിഞ്ഞപ്പോൾ കടുവ വീണ്ടും പറഞ്ഞു.

'ഹേ, കിഴവീ. അത്രയും തിന്നിട്ട് എന്റെ വിശപ്പടങ്ങിയില്ല. കേട്ടോ. അതുകൊണ്ട് നീ എനിക്ക് കുറച്ചു കേക്കുകൂടി താ.''

മറ്റു മാർഗ്ഗമില്ലാതെ ആ വൃദ്ധ കേക്കിൽനിന്ന് ഒരു ഭാഗംകൂടി കടുവയ്ക്ക് കൊടുത്തു. പക്ഷേ അതുകൊണ്ടും കടുവ അവരെ വിട്ടുപോകാൻ തയ്യാറായില്ല. അങ്ങനെ ഒരു നാലഞ്ച് പ്രാവശ്യമായി കടുവ അവരുടെ കയ്യിലുണ്ടായിരുന്ന കേക്കു മുഴുവനും വാങ്ങിത്തിന്നു. പിന്നീട്, കുറച്ചുദൂരം കൂടി നടന്നുകഴിഞ്ഞപ്പോൾ വൃദ്ധയുടെ കയ്യിൽ കൂടുതലായി ഭക്ഷണസാധനങ്ങൾ ഒന്നുമില്ലെന്ന് മനസ്സിലാക്കിയ കടുവ ആ സ്ത്രീ അവരുടെ വീടിന്റെ മുമ്പിൽ എത്തിയ സമയത്ത് അവരെയും കൊന്നുതിന്നു. പിന്നീട് ഒരു ശ്രമം നടത്തി. പുതിയ വേഷത്തിൽ കടുവ വൃദ്ധയുടെ വീടിന്റെ പൂമുഖത്തുകയറി അടച്ചിരുന്ന വാതിലിൽ തട്ടി വിളിച്ചു.

'മക്കളേ, കതകുതുറക്ക്. അമ്മ വന്നിരിക്കുന്നു.'

കതകിന് പിന്നിൽനിന്നുകൊണ്ട് വൃദ്ധയുടെ മകൻ ചോദിച്ചു.

'നിങ്ങളാരാണ്? നിങ്ങൾ എന്റെ അമ്മയല്ല.'

'അതെന്താ മോനേ അങ്ങനെ? വെറുതെ തമാശ പറഞ്ഞുനിക്കാതെ കതകുതുറക്ക്.'

'ഇല്ല! നിങ്ങളെന്റെ അമ്മയല്ല! അമ്മയുടെ ശബ്ദം ഇത്ര പരുഷമല്ല.!

'അതുമോനേ അമ്മയ്ക്ക് ഒരു ജലദോഷം. തൊണ്ട കെട്ടിയതുകൊണ്ടു മോന് അങ്ങനെ തോന്നുന്നതാ.'

'എങ്കിൽ കതകിനടിയിൽക്കൂടി നിങ്ങളുടെ കൈ കാണിക്ക്. ഞങ്ങളൊന്ന് നോക്കട്ടെ' അതുപറഞ്ഞത് വൃദ്ധയുടെ മകളായിരുന്നു.

അല്പം പ്രയാസപ്പെട്ടിട്ടാണെങ്കിലും കടുവ കതകിനടിയിൽക്കൂടി കൈകൾ കാണിച്ചുകൊടുത്തു. അപ്പോൾ വൃദ്ധയുടെ മകൻ പറഞ്ഞു.

'ഇപ്പോൾ ഞങ്ങൾക്ക് തീർച്ചയായി. സംശയമൊന്നുമില്ല. നിങ്ങൾ എന്റെ അമ്മയല്ല. അമ്മയുടെ കൈകളിൽ ഇത്രയധികം രോമങ്ങളില്ല. മാത്രവുമല്ല അമ്മയുടെ കൈകൾ ഇത്ര കറുത്തിട്ടുമല്ല.'

'ഓ. അതോ. ജോലിസ്ഥലത്ത് എന്റെ കയ്യിൽ എന്തോ അഴക്ക് പുരണ്ടെന്നാ തോന്നുന്നത്. ഞാനെന്റെ കൈയ്യൊന്ന് വൃത്തിയായി കഴുകിയിട്ട് നിങ്ങളെ കാണിക്കാം മക്കളേ.' കടുവ കൈ കഴുകാനായി തിരിഞ്ഞ് നടന്നപ്പോൾ കതകിനടിയിൽക്കൂടി കുട്ടികൾ അതിന്റെ വാല് കണ്ടു.

'അനിയത്തീ കണ്ടോ അത് നമ്മുടെ അമ്മയല്ല. തീർച്ച! അതിന് ഒരു വാലുണ്ട്. മാത്രമല്ല വാലുകണ്ടിട്ട് കടുവയുടെ വാലുപോലുണ്ട്. നമ്മളിനി എന്തു ചെയ്യും.'

കടുവ കൈകൾ വൃത്തിയാക്കിയതിനുശേഷം കുറച്ച് വെളുത്ത ചാരം കൈകളിൽ പുരട്ടി. പിന്നീട് കതകിന്റെ അടിയിൽക്കൂടി കൈകൾ കാണിച്ചുകൊണ്ട് പറഞ്ഞു.

'മക്കളേ, ഇപ്പം നോക്ക്. അമ്മേടെ കൈകൾ പണ്ടത്തേതുപോലെയായില്ലേ. ഇനി കളിതമാശയൊക്കെ മാറ്റിവെച്ചിട്ട് വേഗം കതകുതുറക്ക്. ങ്ങാ. വേഗമാകട്ടെ.'

'ഇല്ല. നിങ്ങൾ ഞങ്ങളുടെ അമ്മയല്ല. നീ ഒരു കടുവയാ. ഞങ്ങൾക്കറിയാം.' കുട്ടികൾ രണ്ടുപേരും ഒന്നിച്ചു പറഞ്ഞു.

'ഓ. അങ്ങനെയോ. ധിക്കാരികളെ എങ്കിൽ ഞാൻ കതക് ശക്തിയെടുത്ത് തള്ളിത്തുറക്കാം. വേറെ വഴിയില്ലല്ലോ. രണ്ടിനേയും ഞാനൊരു പാഠം പഠിപ്പിക്കുന്നുണ്ട്. നോക്കിക്കോ.' കടുവ ആക്രോശിച്ചു.

'ചേട്ടാ ഇനി നമ്മളെന്തുചെയ്യും.കടുവ അകത്തുകയറിയാൽ നമ്മളെ കൊന്നുതിന്നും. തീർച്ചയാ'

'നമുക്ക് ഇവിടെനിന്നും ഓടി രക്ഷപ്പെടണം. വാ.'

അവൻ അനുജത്തിയേയും കൂട്ടി വീടിന്റെ പിൻഭാഗത്തുണ്ടായിരുന്ന വാതിൽ തുറന്ന് വെളിയിലേക്ക് ഓടി. കുറച്ചടുത്തായി നിന്നിരുന്ന ഒരു വലിയ മരത്തിൽ കുറേ ബുദ്ധിമുട്ടിയിട്ടാണെങ്കിലും വലിഞ്ഞുകയറി. മരത്തിന്റെ കുറേ ഉയരത്തിലുള്ള ഒരു കൊമ്പിൽ ശബ്ദമുണ്ടാക്കാതെ രണ്ടുപേരും ഇരുന്നു.

കടുവ അല്പസമയത്തിനുള്ളിൽ അവരെ അന്വേഷിച്ച് ആ മരച്ചുവട്ടിൽ എത്തി. മാത്രമല്ല, മരത്തിനടുത്തുണ്ടായിരുന്ന ഒരു കിണറ്റിൽ അവരുടെ പ്രതിച്ഛായ കണ്ട കടുവ അത് അവർതന്നെയാണെന്ന് തെറ്റിദ്ധരിച്ചു.

'എടാ. പിള്ളാരെ, അപ്പോ നിങ്ങൾ ഈ കിണറ്റിലാണ് പാത്തിരിക്കുന്നത്. അല്ലേ. ഞാൻ നിങ്ങളെ എങ്ങനെ പിടിക്കണമെന്ന് ഒന്നാലോചിക്കട്ടെ.' അല്പം ആലോചിച്ചതിനുശേഷം വീണ്ടും കടുവ പറഞ്ഞു.

'ഈ തൊട്ടി കിണറ്റിലിറക്കി നിങ്ങളെ മുകളിലേക്ക് എടുക്കാൻ കഴിയുമോയെന്ന് നോക്കട്ടെ.'

കടുവയുടെ ആ വിഡ്ഢിത്തം പറച്ചിൽ കേട്ട് അനിയത്തിക്കുട്ടിക്ക് ചിരിയടക്കാൻ കഴിഞ്ഞില്ല. ചിരി കേട്ടതും കടുവ മരമുകളിലേക്ക് നോക്കി.

'ഓഹോ. അപ്പോൾ നിങ്ങളീ മരത്തിൽ കയറിയിരിക്കുകയാണ്. അല്ലേ. രണ്ടിനേം എങ്ങനെ പിടിക്കാമെന്ന് ഞാനൊന്ന് നോക്കട്ടെ.'

കടുവ ദേഷ്യപ്പെട്ട് മരത്തിൽ കയറാൻ ശ്രമിച്ചു. പക്ഷേ കഴിഞ്ഞില്ല.

'ഏയ് പിള്ളാരെ, നിങ്ങളെങ്ങിനാ മരത്തിൽ കയറിയത്. എനിക്കും കൂടി ആ വിദ്യ ഒന്നുപറഞ്ഞുതാ.'

'ഓ. അതോ ഞങ്ങൾ കയ്യിലും കാലിലുമെല്ലാം കുറച്ചു എണ്ണ തടവിയാണ് കയറിയത്.' സഹോദരൻ കടുവയെ കബളിപ്പിക്കുവാൻ വേണ്ടി അങ്ങനെയാണ് പറഞ്ഞത്.

കടുവ അവൻ പറഞ്ഞതുപോലെ കൈവെള്ളയിലും പിൻകാൽവെള്ളയിലുമെല്ലാം കുറച്ച് എണ്ണ തടവിയതിനുശേഷം മരത്തിൽ കയറാൻ ഒരു ശ്രമം നടത്തി. എന്തായിരിക്കും സംഭവിച്ചതെന്ന് നിങ്ങൾക്ക് ഊഹിക്കാവുന്നതേയുള്ളൂ. കടുവയുടെ മരത്തിൽ കയറാനുള്ള പരിശ്രമം കണ്ട് കുട്ടികൾ രണ്ടുപേരും ഉറക്കെയുറക്കെ ചിരിച്ചു. പക്ഷേ ചിരിക്കുന്നതിനിടയിലും കൊച്ചുസഹോദരിക്ക് സത്യം പറയാതിരിക്കാൻ കഴിഞ്ഞില്ല. അവൾ വിളിച്ചു പറഞ്ഞു.

'ഏയ്, മണ്ടൻ കടുവാ. ഞങ്ങൾ ഒരു കോടാലികൊണ്ട് മരത്തിൽ കുറച്ച് മുറിവുകൾ (വെട്ടിയുണ്ടാക്കിയ പടികൾ) ഉണ്ടാക്കി അതിൽ ചവുട്ടിയാ കയറിയത്. എന്താ മനസ്സിലായോ?'

'ഓഹോ അങ്ങനെയോ.' കടുവയും ഉടനേ ഒരു കോടാലി സംഘടിപ്പിച്ച് മരത്തിൽ ചവുട്ടി കയറാൻ സൗകര്യത്തിന് പടികൾ വെട്ടിയുണ്ടാക്കി. അതുകണ്ട സഹോദരൻ പറഞ്ഞു.

'അനിയത്തീ. നീ എന്തുമണ്ടത്തരമാ ചെയ്തത്. മരത്തിൽ കയറാനുള്ള വഴി ആ ദുഷ്ടൻ കടുവയ്ക്ക് പറഞ്ഞുകൊടുത്തില്ലേ. ഇനിയിപ്പോൾ നമ്മളെന്തു ചെയ്യും.'

'ചേട്ടൻ വിഷമിക്കേണ്ട. നമുക്ക് ദൈവത്തോട് പ്രാർത്ഥിക്കാം.' അവർ രണ്ടുപേരും മനസ്സുരുകി ദൈവത്തോട് പ്രാർത്ഥിച്ചു.

'ഹേ ദൈവമേ! ഈ ദുഷ്ടൻ കടുവയിൽനിന്ന് ഞങ്ങളെ രക്ഷിക്കു! ഞങ്ങൾ ജീവിച്ചിരിക്കണമെന്ന് അവിടുന്ന് കരുതുന്നുവെങ്കിൽ ഞങ്ങൾക്ക് ഇവിടെ നിന്ന് പിടിച്ചുകയറി വരാൻ പാകത്തിന് ഒരു കയർ അങ്ങയുടെ വാസസ്ഥലമായ ആകാശത്തിൽനിന്ന് ഇട്ടു തന്നാലും. അങ്ങനെ ഞങ്ങളെ രക്ഷിച്ചാലും.'

കുട്ടികളുടെ പ്രാർത്ഥനകേട്ട ദൈവം ആകാശത്തുനിന്ന് ഒരു കയർ താഴേക്ക് ഇട്ടുകൊടുത്തു. കുട്ടികൾ രണ്ടുപേരും ആ കയറിൽപിടിച്ച് സാവാധാനം മുകളിലേക്ക്, ആകാശത്തിലേക്ക് കയറി- കുറേശ്ശേക്കുറേശ്ശേ മേലോട്ട് കയറി അവർ ആകാശത്തിലെത്തി.

അതിനിടയിൽ കടുവ മരത്തിൽ കയറിയെങ്കിലും കുട്ടികളെ പിടിക്കാൻ കഴിഞ്ഞില്ല. എങ്കിലും കുട്ടികൾ ചെയ്തതുപോലെ കടുവയും ദൈവത്തോട് പ്രാർത്ഥിച്ചു.

'ദൈവമേ! എനിക്ക് വിശപ്പ് പൂർണ്ണമായും തീർന്നിട്ടില്ല. അതുകൊണ്ട് വിശപ്പടക്കാൻ ആ കുട്ടികളെ പിടിച്ചുതിന്നാൻ അങ്ങ് എന്നെ സഹായിക്കണം - അവരെ പിടിച്ചുതിന്നുക എന്നത് എന്റെ അവകാശമാണ്. അതുകൊണ്ട് ദയവുചെയ്ത് കുട്ടികളുടെ അടുത്തെത്താൻ എനിക്കും ഒരു കയറ് ഇട്ടുതന്നാലും. എനിക്ക് എന്റെ വിശപ്പടക്കാൻ ദയാനിധിയായ അങ്ങ് എന്നെ സഹായിച്ചാലും.'

ദൈവം കടുവയ്ക്കും ഒരു കയർ ഇട്ടുകൊടുത്തു. കടുവ കയറിൽപിടിച്ച് മെല്ലെ മുകളിലേക്ക് കയറാൻ തുടങ്ങി. പക്ഷേ കടുവയുടെ കഷ്ടകാലം എന്നല്ലാതെ എന്തുപറയാനാ. കയറിട്ടുകൊടുത്തപ്പോൾ ദൈവം വേണ്ടത്ര ശ്രദ്ധിച്ചിരുന്നില്ല എന്ന സത്യം മറയ്ക്കുണ്ട. കയറിന്റെ മദ്ധ്യത്തിൽ ഒരു സ്ഥലത്ത് കുറേ ഇഴകൾ പൊട്ടിയിരുന്നു. അതുകൊണ്ട് കടുവ കയറിൽപിടിച്ച് കയറിക്കൊണ്ടിരുന്നപ്പോൾ കയറിന്റെ ശക്തി കുറഞ്ഞ ഭാഗം പൊട്ടി കടുവ താഴേക്ക് വീണു; വീഴ്ചയിൽ പരുക്കുപറ്റി കടുവ ചത്തു.

ആകാശത്തെത്തിയ കുട്ടികളിൽ ആൺകുട്ടിയെ സൂര്യനായും പെൺകുട്ടിയെ ചന്ദ്രനായും ദൈവം അവരോഹിച്ചു.- തീർച്ചയാക്കി.

അങ്ങനെ ഒരു പകലും രാത്രിയും കഴിഞ്ഞപ്പോൾ സഹോദരി സഹോദരനോട് പറഞ്ഞു.

‘ചേട്ടാ എനിക്ക് രാത്രിയിൽ ഒരുപാട് പേടിയാകുന്നു. എനിക്കിങ്ങനെ രാത്രിയിൽ ഇരിക്കാൻ കഴിയുകയില്ല. ചേട്ടനെന്നെ എങ്ങനെയെങ്കിലും സഹായിക്കണം.’

‘ഓ. അങ്ങനെയോ. നീ വിഷമിക്കേണ്ട. നിനക്കുപകരം രാത്രിയിൽ ഞാൻ ചന്ദ്രനായിക്കൊള്ളാം. അതിനുപകരം പകൽസമയത്ത് നീ സൂര്യനായിക്കോ. എന്താ അങ്ങനെയായാൽ സന്തോഷമല്ലെ.’ അങ്ങനെ ആ സഹോദരീസഹോദരന്മാർ ദൈവത്തോട് അവരുടെ സ്ഥാനങ്ങൾ പരസ്പരം മാറാൻ അനുവാദം വാങ്ങി-ഇന്നും അവർ അങ്ങനെതന്നെ തുടരുന്നു. സഹോദരി സൂര്യനായും മൂത്ത സഹോദരൻ ചന്ദ്രനായും.

* * * *

ഈ കഥയ്ക്ക് കൊറിയൻ ഭാഷയിൽത്തന്നെയുള്ള ഒരു പാഠഭേദം ഇങ്ങനെയാണ്. പണ്ടു കൊറിയയിൽ താമസിച്ചിരുന്ന മൂന്ന് സഹോദരികളുടെ കഥയായിട്ടാണ് ഈ പാഠഭേദം. ഇംഗ്ളീഷിൽ ‘The sun Godess of Korea’ എന്ന പേരിലാണ് ഈ കഥ പ്രസിദ്ധീകരിക്കപ്പെട്ടിട്ടുള്ളത്. മൂന്ന് സഹോദരിമാർ- ബ്യൂൺസൂൺ, ദായൽസൂൺ, ഹേയ്സൂൺ എന്നായിരുന്നു അവരുടെ പേരുകൾ ഒരു ദിവസം തികച്ചും അപ്രതീക്ഷിതമായി ഒരു കടുവ അവരുടെ വീട്ടിൽ കയറിച്ചെന്നു. കടുവയെക്കണ്ട സഹോദരിമാർ പിൻവാതിലിൽക്കൂടി ഓടി രക്ഷപ്പെടുകയും അടുത്തു നിന്നിരുന്ന ഒരു മരത്തിൽക്കയറി ഒളിച്ചിരിക്കുകയും ചെയ്തു. കടുവയും പുറകേ ചെന്ന് മരത്തിൽ കയറാൻ ശ്രമിച്ചു. അതുകണ്ട സഹോദരിമാർ ഭയന്ന് വിറച്ചു. മാത്രമല്ല, അവർ ദൈവത്തോട് പ്രാർത്ഥിച്ചു.

‘കരുണാമയനായ ദൈവമേ, ഞങ്ങളെ രക്ഷിക്കൂ. അങ്ങ് വേണ്ട സഹായം നല്കി ഞങ്ങളെ രക്ഷിച്ചില്ലെങ്കിൽ ഈ കടുവ ഞങ്ങളെ കൊന്നുതിന്നും സംശയമില്ല.’

ദൈവം അവരുടെ പ്രാർത്ഥന കേട്ടു. അദ്ദേഹം ഒരു നല്ല ഇരുമ്പുചങ്ങല മുകളിൽ, ആകാശത്തുനിന്നും അവർക്ക് പിടിക്കാവുന്നരീതിയിൽ താഴേക്ക് ഇറക്കിക്കൊടുത്തു. മൂന്ന് സഹോദരിമാരും, ഓരോരുത്തരായി, ഒരാൾക്ക് പിന്നിൽ അടുത്തയാൾ എന്ന രീതിയിൽ ചങ്ങലയിൽ പിടിച്ച് സാവധാനം മുകളിലേക്ക് കയറി-അങ്ങനെ അവർ ആകാശത്തെത്തി. മാത്രമല്ല, പിന്നീട് ദേവന്മാരുടേയും ദേവിമാരുടേയും വാസസ്ഥലമായ ആകാശത്തിൽ അവരോടൊപ്പം സന്തോഷമായി താമസിക്കുകയും ചെയ്തു. കുറേക്കാലങ്ങൾക്കുശേഷം ദൈവനിശ്ചയപ്രകാരം ബ്യൂൺസൂൺ ഒരു നക്ഷത്രമായി; ദായൽസൂൺ ചന്ദ്രനായി; ഹേയ്സൂൺ സൂര്യനും.

അങ്ങനെ സൂര്യനായതിന്റെ അടുത്ത ദിവസം രാവിലെ തന്റെ കിഴക്കു നിന്ന് പടിഞ്ഞാറേക്കുള്ള യാത്ര ആരംഭിക്കാൻ തുടങ്ങിയപ്പോൾത്തന്നെ അവൾ തികഞ്ഞ സൗന്ദര്യവതിയായി ശോഭിച്ചു. അവളുടെ സൗന്ദര്യം കാണാനായി ഭൂമിയിലുള്ള മനുഷ്യർ കൂട്ടംകൂട്ടമായി അവളെത്തന്നെ നോക്കിനിന്നു. പക്ഷേ സത്യം പറയണമല്ലോ. ഹേയ്സൂൺ ഒരു നാണം കുണുങ്ങിപ്പെണ്ണായിരുന്നു. അതുകൊണ്ട്, അത്രയധികം ആളുകൾ അവളെത്തന്നെ നോക്കിനിൽക്കുന്നതുകണ്ട അവൾ നാണിച്ച് മുഖം ചുവന്നുതുടിച്ച് അമ്പരന്നുനിന്നു. അവളെ നോക്കിനിന്നിരുന്ന ആളുകളുടെ യെണ്ണം കൂടിക്കൂടി വന്നതിനനുസരണം അവളുടെ മുഖം കൂടുതൽകൂടുതൽ ചുവന്നുതുടിച്ചു പ്രകാശിച്ചു. ആ പ്രകാശം കൂടിയപ്പോൾ നോക്കിനിന്ന മനുഷ്യർക്ക് അവളെ നോക്കി നിൽക്കാൻ പ്രയാസമായി. മാത്രമല്ല അങ്ങനെ തുടർച്ചയായി നോക്കിനിൽക്കുന്നത് തങ്ങൾക്കുതന്നെ നല്ലതല്ലെന്നും അത് തങ്ങളുടെ കണ്ണുകളെ ബാധിക്കുമെന്നും മനസ്സി ലാക്കിയ മനുഷ്യർ ഉച്ചത്തിൽ നിൽക്കുന്ന സൂര്യനെ നോക്കാതായി. അത് ഒരുവിധത്തിൽ ഹേയ്സൂണിന് അനുകൂലമായി. അവൾ തന്റെ നാണം വെടിഞ്ഞ് കൂടുതൽ പ്രസന്നവദനയായി- എങ്കിലും മുമ്പത്തേ പ്പോലെതന്നെ ശോഭയോടെ ആകാശത്ത് ജ്വലിച്ച് നിൽക്കുകയും യാത്ര തുടരുകയും ചെയ്തു. ഇന്നും അങ്ങനെതന്നെ തുടരുന്നു.

സൂര്യനും ചന്ദ്രനും -ഭാര്യാഭർത്താക്കന്മാരായിരുന്നപ്പോൾ

ഇത് ഫിലിപ്പയിൻസ് നാട്ടിൽ പ്രചാരത്തിലുള്ള ഒരു കഥയാണ്. ഫിലിപ്പയിൻസ് ഒരു പൂർവ്വ ഏഷ്യൻ (East Asian) രാജ്യമാണ്. പൂർവ്വ ഏഷ്യയിലുള്ള ഏതാണ്ട് 7640 ചെറുതും വലുതുമായ ദ്വീപുകൾ ഉൾക്കൊള്ളുന്ന, 30000 ചതുരശ്രകിലോമീറ്റർ വിസ്തൃതിയുള്ള ഈ രാജ്യത്തെ ജനസംഖ്യ 2020 ലെ കണക്കനുസരിച്ച് പതിനൊന്ന് കോടി കടുത്താണ്. ഭൂമിശാസ്ത്രപരമായി തെക്കൻചീന സമുദ്രത്തിന് (South china sea) കിഴക്കായി, വിയറ്റ്നാം, കംബോഡിയ, മലേഷ്യ മുതലായ നാടുകൾക്കും കിഴക്കായി ഇൻഡോനേഷ്യയ്ക്ക് വടക്കായിട്ടാണ് ഫിലിപ്പയിൻസിന്റെ സ്ഥാനം. മറ്റൊരു രീതിയിൽ പറഞ്ഞാൽ ചെന്ന യിൽനിന്ന് 4390 കിലോമീറ്റർ കിഴക്കോട്ട് യാത്ര ചെയ്താൽ (ഏതാണ്ട് 8 മണിക്കൂർ സമയം) ഫിലിപ്പയിൻസിലെ ഏറ്റവും വലുതും പ്രധനപ്പെട്ട തുമായ മാനില (Manila) നഗരത്തിൽ എത്താം. ആഫ്രിക്കയിൽനിന്നും മറ്റ് പൂർവ്വേഷ്യൻ നാടുകളിൽ ഓസ്ട്രേലിയ മുഖേന ഏതാണ്ട് 50000 വർഷങ്ങൾക്ക് മുമ്പുതന്നെ മനുഷ്യർ കുടിയേറി പാർത്തതുപോലെ ഫിലി പ്പയിൻസിലും എത്തിച്ചേർന്നിട്ടുണ്ടാകാം എന്ന് കരുതുന്നു. ഏതായാലും 4500 വർഷങ്ങളിൽ കുറയാത്ത ഒരു സാംസ്കാരിക പാരമ്പര്യം ഫിലിപ്പ യിൻസിനും അവകാശപ്പെടാം. മറ്റ് പൂർവ്വേഷ്യൻ നാടുകളിലേതുപോലെ ഫിലിപ്പയിൻസിന്റെ സാംസ്കാരിക പാരമ്പര്യവും ഇന്ത്യയുടേയും ചൈനയുടേയും സാംസ്കാരിക പാരമ്പര്യങ്ങളുമായി ബന്ധപ്പെട്ടതും ഇടപഴകി വളർന്നതുമാണ്. അതുകൊണ്ട് അവരുടെ നാടോടിക്കഥ കളിലും പൗരാണിക വിശ്വാസങ്ങളിലുമെല്ലാം നമ്മുടെ കഥകളുമായും

വിശ്വാസങ്ങളുമായി അടുത്ത ബന്ധം കാണാൻ കഴിഞ്ഞെന്നുവരാം. ഏതായാലും നമുക്ക് ഈ കഥ എങ്ങനെയാണെന്ന് വായിച്ചുനോക്കാം. അല്ലേ.

പണ്ട് പണ്ട് ഫിലിപ്പയിൻസിലെ ജനങ്ങൾ വിശ്വസിച്ചിരുന്നത് സൂര്യനും ചന്ദ്രനും ഭാര്യാഭർത്താക്കന്മാരായിരുന്നു എന്നാണ്. സൂര്യൻ ഭർത്താവും ചന്ദ്രൻ ഭാര്യയും. അവർക്ക് വളരെയേറെ മക്കളും ഉണ്ടായിരുന്നു. ആ മക്കളാണ് ആകാശത്തിൽ കാണുന്ന നക്ഷത്രങ്ങൾ. സൂര്യന് തന്റെ മക്കളെ വളരെയേറെ ഇഷ്ടമായിരുന്നു. മക്കളെ ലാളിക്കുവാനും കയ്യിൽ വാരിയെടുത്ത് കെട്ടിപ്പിടിക്കുവാനും ഉമ്മവെയ്ക്കുവാനുമൊക്കെ അദ്ദേഹത്തിന് ആഗ്രഹമുണ്ടായിരുന്നു. പക്ഷേ അദ്ദേഹത്തിന് തന്റെ ആഗ്രഹം തുറന്ന് കാണിക്കുവാൻ കഴിഞ്ഞില്ല. കാരണം മറ്റൊന്നുമല്ല-അദ്ദേഹത്തിന്റെ സഹിക്കാനാകാത്ത ചൂടുതന്നെ. എപ്പോഴൊക്കെ അദ്ദേഹം തന്റെ കുട്ടികളെ ആരെയെങ്കിലും കയ്യിൽ കോരിയെടുത്ത് ഉമ്മവെയ്ക്കുവാൻ ശ്രമിച്ചുവോ അപ്പോഴൊക്കെ ആ കുട്ടി അദ്ദേഹത്തിന്റെ കൂടിയ ചൂടുകാരണം പൊള്ളലേറ്റ് വെന്തു മരിച്ചു. അതുകാരണം അദ്ദേഹത്തിന്റെ ഭാര്യയും അദ്ദേഹത്തോട് യാതൊരു കാരണവശാലും കുട്ടികളെ തൊടാൻ പാടില്ലെന്ന് കർക്കശമായിതന്നെ പറയേണ്ടിവന്നിട്ടുണ്ട്. അത് അദ്ദേഹത്തെ തീരാത്ത സങ്കടത്തിൽ ആഴ്ത്തുകയും ചെയ്തു.

അങ്ങനെയിരിക്കെ ഒരു ദിവസം ചന്ദ്രൻ വീട്ടുവേലയുടെ ഭാഗമായി കുറേ തുണികളെല്ലാം കഴുകിയിടാനായി അടുത്തുണ്ടായിരുന്ന നദിക്കരയിലേക്ക് പോയി. ആ സമയത്ത് സൂര്യൻ വീട്ടിലായിരുന്നതുകൊണ്ട് ചന്ദ്രൻ അദ്ദേഹത്തോട് കർക്കശമായിത്തന്നെ പറഞ്ഞു.

'അതേ. നിങ്ങൾ കേൾക്കാനാ. ഞാൻ നമ്മുടെ അരുവിക്കരവരെ ഒന്നുപോകുകയാ. ഈ തുണിയൊക്കെ ഒന്ന് കഴുകി ഇടണമല്ലോ. ഞാൻ പറഞ്ഞിട്ടുള്ളതു മറക്കേണ്ട. യാതൊരു കാരണവശാലും നിങ്ങൾ നമ്മുടെ കുഞ്ഞുങ്ങളെ തൊടുകയോ, എടുക്കുകയോ ഉമ്മവെയ്ക്കുകയോ ഒന്നും ചെയ്യാൻ പാടില്ല. മനസ്സിലായോ. അതേ മറ്റൊന്നും കൊണ്ടല്ല. നമ്മുടെ കുഞ്ഞുങ്ങൾക്ക് നിങ്ങളുടെ ചൂട് സഹിക്കാനാകില്ല. അതുകൊണ്ടാ നിങ്ങൾക്ക് മനസ്സിലായല്ലോ. അല്ലേ'

'അതെയതെ മനസ്സിലായി.' പക്ഷേ ചന്ദ്രൻ ജോലിയെല്ലാം കഴിഞ്ഞ് തിരികെയെത്തിയപ്പോൾ കണ്ട കാഴ്ച തികച്ചും ദുഃഖകരമായിരുന്നു. സൂര്യന് എത്ര ശ്രമിച്ചിട്ടും തനിക്ക് കുഞ്ഞുങ്ങളെ ലാളിക്കാനുള്ള മോഹം അടക്കാനായില്ല. അതുകൊണ്ട് അദ്ദേഹം തന്റെ ഭാര്യയോട് സമ്മതിച്ചതിന് വിരുദ്ധമായി ചില കുട്ടികളെ കയ്യിലെടുത്ത് ഉമ്മവെച്ചു. പക്ഷേ കഷ്ടകാലമെന്നല്ലാതെ എന്തുപറയാനാണ്. അദ്ദേഹത്തിന്റെ

ച്ചൂട് സഹിക്കാനാകാതെ ആ കുട്ടികൾ പൊള്ളലേറ്റ് മരിച്ചു. ചന്ദ്രൻ തിരികെ വീട്ടിലെത്തിയപ്പോൾ കണ്ടത് തന്റെ പൊള്ളലേറ്റ് മരിച്ചുകിടന്നിരുന്ന കുട്ടികളെയാണ്. ആ അമ്മയ്ക്ക് സങ്കടം സഹിക്കാൻ കഴിഞ്ഞില്ല. അവർ ഭർത്താവിനോട് വഴക്കടിച്ചു. ദേഷ്യം അടക്കാൻ കഴിയാതെ അടുത്തുനിന്നിരുന്ന ഒരു വാഴവെട്ടിയെടുത്ത് അതുകൊണ്ട് സൂര്യനെ തല്ലാനൊരുങ്ങി. പകരം സൂര്യൻ അടുത്തുകിടന്നിരുന്ന മണൽ വാരിയെടുത്ത് ചന്ദ്രന്റെ മുഖത്ത് എറിഞ്ഞു. സൂര്യന്റെ കയ്യിൽനിന്ന് മുഖത്തുവീണ ചൂടോടുകൂടിയ മണൽത്തരികൾ കാരണം ചന്ദ്രന്റെ മുഖത്ത് ചെറിയ ചെറിയ പൊള്ളലും കറുത്ത പാടുകളും ഉണ്ടായി. ഇപ്പോഴും അല്പം ശ്രദ്ധിച്ചുനോക്കിയാൽ നിങ്ങൾക്കും ചന്ദന്റെ മുഖത്ത് അത്തരം അനേകം ചെറിയ ചെറിയ കറുത്ത പാടുകൾ കാണാൻ കഴിഞ്ഞേക്കാം.

മണൽ മുഖത്തെറിഞ്ഞപ്പോൾ ചന്ദ്രൻ അവിടെനിന്നും ഓടി രക്ഷപ്പെടാൻ ശ്രമിച്ചു. പക്ഷേ സൂര്യനും ചന്ദ്രന്റെ പുറകേ ഓടി. അങ്ങനെ അവർ ഇന്നും ഓടിക്കൊണ്ടേയിരിക്കുന്നു; സൂര്യന്റെ കോപത്തിൽനിന്നും രക്ഷപെടാനായി ചന്ദ്രനും ചന്ദ്രനെ പിടിക്കാൻ തൊട്ടുപുറകിലായി സൂര്യനും. ചിലപ്പോൾ സൂര്യൻതൊട്ടുപറകിൽ, ഏതാണ്ട് ഉടനേ പിടിക്കപ്പെട്ടും എന്ന നിലയിൽ എത്തുമെങ്കിലും ചന്ദ്രൻ വിദഗ്ധമായി സൂര്യന് പിടികൊടുക്കാതെ രക്ഷപ്പെട്ടും; മാത്രമല്ല വീണ്ടും വളരെദൂരം മുമ്പിലാകുകയും ചെയ്യും. അങ്ങനെ അവരുടെ ഓട്ടം തുടർന്നുകൊണ്ടേയിരിക്കുന്നു. -ഇനി തുടർന്നുകൊണ്ടേയിരിക്കുമെന്നും ആ നാട്ടുകാർ വിശ്വസിക്കുന്നു.

ഈ കഥയ്ക്ക് ഫിലിപ്പയിൻസിൽത്തന്നെ മറ്റ് പല പാഠഭേദങ്ങളുമുണ്ട്. അവയിൽ കൂടുതൽ പ്രചാരത്തിലുള്ള മറ്റൊന്ന് എങ്ങനെയാണെന്ന് നോക്കാം. ഈ പാഠഭേദത്തിലും സൂര്യനും ചന്ദ്രനും ഭാര്യാഭർത്താക്കന്മാരായിരുന്നു. സൂര്യൻ കാഴ്ചയ്ക്ക് ഭംഗിയില്ലാത്തവനും എപ്പോഴും വഴക്കിടുന്ന സ്വഭാവക്കാരനും ആയിരുന്നു. ഒരുദിവസം ഏതോ കാരണത്തിനായി അവർ വഴക്കടിച്ചു. ചന്ദ്രൻ അക്രമാസക്തനായിരുന്ന സൂര്യനിൽനിന്ന് രക്ഷപെടാനായി ഓടിയെങ്കിലും സൂര്യനും പുറകെ ഓടി. അങ്ങനെ ഓടി ചന്ദ്രൻ ക്ഷീണിതയായി തുടങ്ങുമ്പോൾ, സൂര്യൻ അടുത്തെത്തുമെങ്കിലും, ചന്ദ്രൻ വീണ്ടും പിടിക്കൊടുക്കാതെ കൂടുതൽ വേഗത്തിൽ ഓടാൻ തുടങ്ങും. അങ്ങനെ അവരുടെ ഓട്ടം തുടർന്നുകൊണ്ടേയിരിക്കുന്നു.

ഈ കഥയിൽ പറയാൻ വിട്ടുപോയ ഒരു കാര്യം, അവർ മുൻപ് പറഞ്ഞവിധത്തിലുള്ള ഓട്ടം തുടങ്ങുന്നതിന് മുൻപ് അവർക്ക് രണ്ടു മക്കൾ ഉണ്ടായി എന്നതാണ്. ആദ്യത്തെമകൻ ഒരു പുരുഷനേപ്പോലെ ആയിരുന്നു. ഒരിക്കൽ ഏതോ കാരണവശാൽ സൂര്യൻ അത്യധികം കോപിഷ്ഠനായപ്പോൾ, അടക്കാനാകാത്ത ദേഷ്യത്തോടെ സ്വന്തം

മകനെ കൊന്ന് തുണ്ടുതുണ്ടുകളായി നുറുക്കി പരന്ന ആകാശ ത്തിലേക്ക് വലിച്ചെറിഞ്ഞു-എങ്ങനെയെന്ന് ചോദിച്ചാൽ നമ്മൾ അരിയും ഗോതമ്പും മറ്റും പക്ഷികൾക്ക് തിന്നാൻവേണ്ടി മുറ്റത്തേക്ക് ചിലപ്പോഴെക്കിലും എറിഞ്ഞ് വിതറി ഇടാറില്ലേ, അതുപോലെ. അങ്ങനെ ആകാശത്തിൽ അങ്ങിങ്ങായി വീണ സൂര്യചന്ദ്രൻമാരുടെ പുത്രന്റെ അസ്ഥിക്കഷണങ്ങളാണ് നക്ഷത്രങ്ങളായി നാം കാണുന്നത്. അവരുടെ രണ്ടാമത്തെ മകൻ ഒരു വലിയ ഞണ്ടായിരുന്നു-മലപോലെ വലിയ ശക്തിശാലിയായ ഒരു ഞണ്ട്. ആ ഞണ്ട് ഇന്നും ജീവിച്ചിരിക്കു ന്നു എന്ന് ആ നാട്ടുകാർ വിശ്വസിക്കുന്നു. മാത്രമല്ല ഞണ്ടിന്റെ വലിപ്പം കാരണം അത് ഓരോ തവണയും അതിന്റെ കണ്ണുകൾ തുറക്കുകയും അടയ്ക്കുകയും ചെയ്യുമ്പോൾ ഒരു മിന്നലുണ്ടാകുന്നു. അതുപോലെ കൂടുതൽ സമയവും ആ ഞണ്ട് സമുദ്രത്തിനടിയിലുള്ള ഒരു വലിയ പൊത്തിലാണ് (കുണ്ടിലാണ്) ജീവിക്കുന്നത്. ഏതെങ്കിലും സമയത്ത് അത് പൊത്തിൽനിന്ന് വെളിയിൽ വരുകയാണെങ്കിൽ സമുദ്രത്തിലെ ജലം പൊത്തിലേക്ക് ഒഴുകും. അപ്പോൾ സമുദ്രത്തിലെ ജലനിരപ്പ് കുറയും. അങ്ങനെ ജലനിരപ്പ് കുറയുമ്പോൾ ആ സംഭവത്തെ അവർ വേലിയിറക്കം (Low Tide) എന്നു കരുതുന്നു. അതുപോലെ ഞണ്ട് തിരികെ പൊത്തിൽ കയറുമ്പോൽ വെള്ളം വെളിയിലേക്ക് ഒഴുകുകയും വേലിയേറ്റത്തിന് (high Tide) കാരണമാകുകയും ചെയ്യും. ഞണ്ട് സമു ദ്രത്തിൽ അങ്ങോട്ടോ ഇങ്ങോട്ടോ സഞ്ചരിക്കുകയാണെങ്കിൽ വലിയ ഉയരത്തിലുള്ള തിരമാലകൾ ഉണ്ടാകും. ഇതെല്ലാം കേൾക്കുമ്പോൾ ആ നാട്ടുകാരുടെ ഭാവനയിലുള്ള ഞണ്ടിന്റെ വലിപ്പം നമുക്ക് ഊഹിക്കാൻ കഴിയുമല്ലോ.

ഞണ്ടും അവന്റെ അച്ഛനെപ്പോലെ ഒരു ശുണ്ഠിക്കാരനും കൂടെക്കൂടെ വഴക്കുണ്ടാക്കുന്നവനുമാണ്. അവൻ ഇടയ്ക്കിടയ്ക്ക് അവന്റെ അമ്മയോടും വഴക്കടിക്കും. ദേഷ്യം വരുന്ന സന്ദർഭങ്ങളിൽ അവന്റെ അമ്മയെവി ഴുങ്ങിക്കളയാൻ ശ്രമിക്കുകയും ചെയ്യും. അങ്ങനെയുള്ള വഴക്കുകൾ കൂടെക്കൂടെ, ഏതാണ്ട് തുല്യമായ ഇടവേളകളിൽ ഉണ്ടാകാറുണ്ട്- ഇപ്പോഴും. അവൻ അമ്മയായ ചന്ദ്രനെ വായിക്കുള്ളിലാക്കാൻ ശ്ര മിക്കുന്നത് ഭൂവാസികൾക്ക് കാണാൻ കഴിയും. അങ്ങനെ കാണാൻ കഴിയുന്ന സമയത്തൊക്കെ അവർ വീടിന് വെളിയിൽ ഇറങ്ങിനിന്ന് ശബ്ദമെടുക്കുകയും ചെണ്ടയോ തകരപ്പാത്രങ്ങളോ കൊട്ടി വലിയ ഒച്ചപ്പാട് ഉണ്ടാക്കുകയും ചെയ്യാറുണ്ട്- മറ്റൊന്നിനുമല്ല, ശബ്ദംകേട്ട് ഞണ്ട് ചന്ദ്രനെ വിഴുങ്ങാതെ വിട്ടിട്ട് പോകുമെന്നും അങ്ങനെ ചന്ദ്രനെ രക്ഷിക്കാൻ കഴിയുമെന്നുമുള്ള വിശ്വാസം കൊണ്ടാണ്.

ഈ കഥ വായിച്ചപ്പോൾ നേരത്തെ വായിച്ച സജ്ഞനയും ഭർത്താവായ സൂര്യനും എന്ന കഥയും രാഹുവും കേതുവും എന്ന കഥയും ഓർമ്മയിൽ വന്നില്ലേ. ഇൻഡ്യയിലെന്നതുപോലെ മലേഷ്യ, മംഗോളിയ, ചൈന മുതലായ എല്ലാ ഏഷ്യൻ നാട്ടുകളിലും ചന്ദ്രഗ്രഹണത്തെയും സൂര്യഗ്രഹണത്തെയും രാക്ഷസന്മാരോ വന്യജീവികളോ ചന്ദ്രനേയും സൂര്യനേയും വിഴുങ്ങാൻ ശ്രമിക്കുന്നു എന്ന സങ്കല്പവുമായി ബന്ധപ്പെടുത്തുന്ന പല കഥകളും (വിശ്വാസങ്ങളും) കാണാൻ കഴിയും. തെക്കനമേരിക്കൻ നാടായ പെറുവിൽപോലും ഈ തരത്തിലുള്ള വിശ്വാസങ്ങൾ ഇന്നും നിലനിൽക്കുന്നു എന്നതാണ് സത്യം. അതുകൊണ്ടുതന്നെ ചന്ദ്രൻ ക്ഷയിച്ചുകൊണ്ടിരിക്കുന്ന കാലത്ത് (waning period) അതായത് ചന്ദ്രൻ പൂർണ വൃത്താകൃതിയിലല്ലാതെ കലയായി ക്രമേണ ചെറുതായി വരുന്ന കാലത്ത് പെറുവിലെ ആളുകൾ വീടിന് വെളിയിൽ നിന്ന് ശബ്ദമുണ്ടാക്കുകയും അവരുടെ പട്ടികളെ തല്ലി മോങ്ങാൻ വെയ്ക്കുകയുമൊക്കെ ചെയ്യുന്ന പതിവ് ഇന്നും തുടരുന്നു. ഇതിനെക്കുറിച്ച് കൂടുതൽ വായിക്കാനും അറിയാനും താല്പര്യമുണ്ടെങ്കിൽ Karlson-ന്റെ (Journal of Religious Psychology - Nov.1914 P.164) പ്രബന്ധം വായിക്കാവുന്നതാണ്.

സൂര്യപുത്രൻ കർണ്ണൻ

മഹാഭാരതകഥയിലെ കർണ്ണനെക്കുറിച്ച് നിങ്ങൾ കേട്ടുകാണും; കർണ്ണൻ സൂര്യന്റെ മാനസപുത്രനായിരുന്നുഎന്നും. ആ കർണ്ണനെക്കുറിച്ച് അല്പം ചില കാര്യങ്ങൾ മനസ്സിലാക്കാൻ ഒരു ശ്രമം നടത്താം.

സൂരസേനൻ എന്ന യാദവരാജാവിന്റെ അതീവ സുന്ദരിയായ മകളായിരുന്നു പ്രഥ- പിന്നീട് കുന്തി എന്ന പേരിലാണ് അറിയപ്പെട്ടിരുന്നത്. അമ്മാവനായ കുന്തീഭോജൻ ദത്തെടുത്ത് വളർത്തിയപ്പോൾ കുന്തി എന്ന പേര് കിട്ടിയതാണ്. എല്ലാവരും മഹാഭാരതകഥയിലെ പാണ്ഡവന്മാരുടെ അമ്മ കുന്തിയെക്കുറിച്ചു കേട്ടുകാണും- അതേ കുന്തിതന്നെ. ഒരിക്കൽ ദുർവ്വാസാവ് മഹർഷി സൂരസേനന്റെ കൊട്ടാരാത്തിൽ അതിഥിയായി ചെല്ലുകയും കുറച്ചുദിവസങ്ങൾ അവിടെ താമസിക്കുകയും ചെയ്തു. ആ സമയത്ത് കുമാരി പ്രഥ മഹർഷിക്ക് വേണ്ട എല്ലാ കാര്യങ്ങളും വളരെ നല്ലതുപോലെ ചെയ്തു- തന്റെ സേവകരെക്കൊണ്ട് ചെയ്യിപ്പിച്ചതിന് പുറമേ അദ്ദേഹത്തിന് പൂജയ്ക്ക് വേണ്ടിയിരുന്ന പൂക്കൾ താൻതന്നെ പറിച്ചുകൊണ്ടുചെന്ന് കൊടുക്കുക; പൂജയ്ക്കുവേണ്ട മറ്റ് സാമഗ്രികൾ സംഘടിപ്പിച്ച് എല്ലാം വേണ്ടതുപോലെ അടുക്കിവെയ്ക്കുക; അദ്ദേഹത്തിന് വേണ്ട സമയത്ത് ഇഷ്ടപ്പെട്ട ആഹാരം ഏർപ്പാടാക്കുക; അങ്ങനെ എല്ലാം. അതുകൊണ്ട് അദ്ദേഹം തന്റെ താമസം മതിയാക്കി തിരികെ പോകുന്ന സമയത്ത് വളരെ സ്നേഹത്തോടെയും സന്തോഷത്തോടെയും കുമാരിയെ അടുത്തുവിളിച്ച് പറഞ്ഞു.

'കുമാരീ, മകളെ, ഇവിടെ വാ. നീ കാണിച്ച സ്നേഹത്തിനും മര്യാദയ്ക്കും ഞാനെങ്ങിനെയാണ് നിന്നോട് നന്ദിപറയുക. നിന്ക്ക് എന്തുവേണമെങ്കിലും ചോദിക്കുക- നീ ചോദിക്കുന്നതെന്തും നിനക്ക് ഞാൻ സന്തോഷത്തോടെ വരദാനമായി നൽകും.'

'എനിക്ക് അങ്ങയുടെ ആശീർവാദം മാത്രം മതി. മറ്റൊന്നും വേണ്ട.'

എങ്കിൽ ഞാൻ സ്വമേധയാ നിനക്കൊരു വരം തരാം. 'നീ എപ്പോൾ ഏത് ദേവനെ മനസ്സിൽ വിചാരിച്ച്, അദ്ദേഹത്തെ നേരിട്ട് കാണണമെന്ന് ആഗ്രഹിക്കുന്നുവോ അപ്പോൾ ആ ദേവൻ നിന്റെ മുമ്പിൽ എത്തുന്നതായിരിക്കും. മാത്രമല്ല ആ ദേവന്റെ മാനസപുത്രനായി നിനക്ക് ഒരു മകനെ ലഭിക്കുന്നതുമാണ്. എന്താ നിനക്ക് സന്തോഷമായോ.'മഹർഷി അവൾക്ക് ഉപയോഗിക്കേണ്ട ഒരു മന്ത്രം- ഇന്നത്തെ ഭാഷയിൽ, ഒരു രഹസ്യവാചകം, Code word എന്നു പറയാം-പറഞ്ഞുകൊടുക്കുകയും ചെയ്തു. പിന്നീട് അദ്ദേഹം കൂട്ടിച്ചേർത്തു.

'കുമാരീ, നീ ഈ വരം വളരെ സൂക്ഷിച്ചുമാത്രം, അത്യാവശ്യം എന്നു തോന്നുമ്പോൾ മാത്രമേ ഉപയോഗിക്കാവൂ. അങ്ങനെ ചെയ്താൽ ഇത് നിനക്ക് ഭാവിയിൽ ഉപയോഗമാകും; മറിച്ചാണെങ്കിൽ ബുദ്ധിമുട്ടുകളും. ശരി. ഇനി ഞാൻ പോകുന്നു.'

ദുർവ്വാസാവ് അവിടെ നിന്നും പോയി.

പ്രഥ കൗമാരപ്രായത്തിലുള്ള പെൺകുട്ടിയായിരുന്നു എന്നു നേരത്തെ പറഞ്ഞുവല്ലോ. ദുർവ്വാശാവ് വീട്ടിൽനിന്നും പോയി കുറേദിവസങ്ങൾ കഴിഞ്ഞപ്പോൾ കുമാരിക്ക് ഒരു കൗതുകം തോന്നി- അടക്കാനാകാത്ത ഒരാകാംക്ഷ; ദുർവ്വാശാവ് തനിക്കു നൽകിയ മന്ത്രം വാസ്തവത്തിൽ ശക്തിയുള്ളതാണോ? താൻ വിളിച്ചാൽ ഏതുദേവനും ഉടനേ അടുത്തുവരുമോ? അറിയാൻ ഒരുത്സാഹം. കുമാരി ആരും അറിയാതെ മന്ത്രം ചൊല്ലിക്കൊണ്ട് പറഞ്ഞു.

'ഹേ, സൂര്യദേവാ. മഹർഷി നൽകി മന്ത്രം ഞാൻ ജപിക്കുന്നു. അങ്ങ് ഉടനേ എന്റെയടുക്കൽ വന്നാലും!'

ഒട്ടും താമസിയാതെതന്നെ സൂര്യദേവൻ മനുഷ്യരൂപത്തിൽ, സുസ്മേരവദനനായി കുമാരിയുടെ മുന്നിൽ പ്രത്യക്ഷപ്പെട്ടു.

'കുമാരി എന്നെ കാണാൻ ആഗ്രഹിച്ചു. ഞാനിതാ കുമാരിയുടെ മുന്നിൽ എത്തിയിരിക്കുന്നു. ഞാനെന്താണ് കുമാരിക്കുവേണ്ടി ചെയ്യേണ്ടത്. പറഞ്ഞാലും.' സൂര്യദേവൻ കുമാരിയോട് പറഞ്ഞു.

സൂര്യന്റെ ജ്വലിക്കുന്ന പ്രകാശവും അതോടൊപ്പം ചൂടും കുമാരിയെ അസ്വസ്ഥയാക്കി. മാത്രമല്ല, തനിക്കുകിട്ടിയ മന്ത്രം ഒരു കൗതുകത്തിന് ഉപയോഗിച്ചുനോക്കി എന്നല്ലാതെ സൂര്യനെ തന്റെയടുത്തേക്ക് വരുത്തണമെന്ന മോഹം കുമാരിക്കില്ലായിരുന്നു. അതുകൊണ്ട് ആകെ പരിഭ്രമിച്ചുപോയ കുമാരി പറഞ്ഞു.

'സൂര്യദേവാ. എന്നോട് ക്ഷമിച്ചാലും. അങ്ങിവിടെ വരണമെന്ന് ഞാനൊട്ടും ആഗ്രഹിച്ചില്ല. അങ്ങ് ദയവായി ഉടനേ മടങ്ങിപ്പോയാലും.'

സൂര്യൻ ചിരിച്ചുകൊണ്ട് പറഞ്ഞു.

'കുമാരീ, എനിക്കങ്ങിനെ വെറുതെ മടങ്ങിപ്പോകാൻ കഴിയുകയില്ല. കുമാരി ജപിച്ച മന്ത്രത്തിന് ഞാനിപ്പോൾ അടിമയാണ്. മന്ത്രത്തിൽ നിഷ്കർഷിച്ചിട്ടുള്ള കാര്യങ്ങൾ പൂർത്തീകരിച്ചിട്ടേ എനിക്ക് മടങ്ങിപ്പോകാൻ കഴിയൂ.'

'ഇല്ല! അങ്ങ് ഉടനേ മടങ്ങിപ്പോയാലും എനിക്ക് പേടിയാകുന്നു.'

'ശരി ഞാൻ വേഗം തന്നെ മടങ്ങിപ്പോകാം. പക്ഷേ അതിനുമുൻപ് കുമാരി എന്റെ ഈ മാനസപുത്രനെ സ്വയം സ്വീകരിച്ചാലും!' മറ്റു പോം വഴികളൊന്നുമില്ലാതിരുന്നതുകൊണ്ട് സൂര്യന്റെ മാനസപുത്രനെ കുമാരി സ്വീകരിച്ചു. സൂര്യൻ മടങ്ങിപ്പോകുകയും ചെയ്തു. അങ്ങനെ കുമാരി പ്രഥ സൂര്യന്റെ മാനസപുത്രന്റെ അമ്മയായി.

അക്കാലത്ത് വിവാഹം കഴിഞ്ഞതിനുശേഷം സ്ത്രീകൾ ഭർത്താവിന്റെ സമ്മതത്തോടെ ദേവന്മാരുടെ കുട്ടികളെ അവരുടെ മാനസപുത്രരായി സ്വീകരിക്കുന്നത് സമൂഹം അംഗീകരിച്ചിരുന്നു. മാത്രമല്ല അങ്ങ്നെ ദേവന്മാരുടെ മാനസപുത്രർക്ക് ജന്മം നൽകുന്നത് അനുഗ്രഹവും അന്തസ്സുമായും കരുതപ്പെട്ടിരുന്നു. എങ്കിലും വിവാഹത്തിനുമുൻപ് അത് അനുവദനീയമായിരുന്നില്ല. അത് സ്വന്തം പേരിനും കുടുംബത്തിനും കളങ്കമുണ്ടാക്കുമെന്നും കരുതപ്പെട്ടിരുന്നു. അതുകൊണ്ട് കുമാരി ഒരു വലിയ പ്രതിസന്ധിയിൽ അകപ്പെട്ടു എന്നു പറഞ്ഞാൽ തെറ്റാവില്ല.

കുമാരി തന്റെ വിശ്വസ്തരായ സഖിമാരോട് ആലോചിച്ച് തനിക്ക് സൂര്യനിൽനിന്ന് അദ്ദേഹത്തിന്റെ മാനസപുത്രനെ സ്വീകരിക്കേണ്ടിവന്ന കാര്യം മറ്റെല്ലാവരിൽനിന്നും മറച്ചുവച്ചു. അങ്ങനെ കുമാരി സ്വീകരിച്ച് ജന്മം നല്കിയ, ദിവ്യത്വം തുളുമ്പിനിന്ന, ശോഭനീയമായ മുഖത്തോടു കൂടിയ, രണ്ട് പ്രത്യേകതരം രക്ഷാകവചങ്ങളുമായി (ചെവികളോട് ബന്ധിക്കപ്പെട്ടിരുന്ന രണ്ട് പ്രത്യേക രക്ഷാകവചകങ്ങൾ- കർണകുണ്ഡലങ്ങൾ; അതുകൊണ്ട് കർണൻ എന്നു പേരും കിട്ടി). തേജസ്വിയായി ജനിച്ച കുട്ടിയാണ്, സൂര്യപുത്രൻ കർണൻ. പ്രഥ തനിക്കും തന്റെ കുടുംബത്തിനും ഉണ്ടാകാവുന്ന പേരുദോഷം കണക്കിലെടുത്ത്, സഖിമാരുടെ ഉപദേശ പ്രകാരം, അവരുടെ സഹായത്തോടെ കുട്ടിയെ ഒരു കുടയിലാക്കി കൊട്ടാരപരിസരത്തുകൂടി ഒഴുകിയിരുന്ന അശ്വനി നദിയിൽ ഒഴുക്കിവിട്ടു.

അങ്ങനെ നദിയിൽകൂടി ഒഴുകിയടുത്ത കുടയിൽനിന്ന് കുട്ടിയെ ധൃതരാഷ്ട്രമഹാരാജാവിന്റെ സാരഥി (കുതിരവണ്ടി ഓടിക്കുന്നയാൾ

എന്നു പറയാം) അധിരഥനന്ദനന് കിട്ടുകയും ആ കുട്ടിയെ സ്വന്തം കുട്ടി എന്ന നിലയിൽ വളർത്തുകയുമാണ് ഉണ്ടായത്. പിന്നീട് നടന്ന കാര്യങ്ങൾ മഹാഭാരതകഥയുടെ പ്രാധാന്യം അർഹിക്കുന്ന കാര്യങ്ങളായി മാറി- കുരുക്ഷേത്രയുദ്ധം ഉൾപ്പെടെ എല്ലാം. ആ കഥകളിലേക്കൊന്നും ഇപ്പോൾ കടക്കേണ്ട. അങ്ങനെ സൂര്യപുത്രനായ കർണ്ണന് സ്വന്തം അച്ഛന്റെയും അമ്മയുടെയും സ്നേഹം കിട്ടാതെ വളരേണ്ടിവന്നു. ഇതുപറയുമ്പോൾ സൂര്യന്റെയും ചെറുപ്പകാലം അങ്ങനെതന്നെയായിരുന്നു എന്നും ഓർക്കണമെല്ലോ. ചില പൗരാണിക(ഐതിഹ) കഥകൾ പറയുന്നത് സൂര്യൻ രാത്രിദേവിയുടെ മകനായി ജനിച്ചുവെങ്കിലും അമ്മയാൽ തിരസ്കരിക്കപ്പെട്ട സൂര്യനെ എടുത്തുവളർത്തിയത് ഉഷസ് (പ്രഭാതം) ദേവിയാണെന്നാണ്.

സൂതപുത്രനായിട്ടാണ് കർണ്ണൻ വളർന്നതെങ്കിലും യുദ്ധമുറകൾ അഭ്യസിക്കുകയും വളരെ വിദഗ്ധനായ ഒരു വില്ലാളിവീരനാകുകയും ചെയ്തു. ആ കാലഘട്ടത്തിൽ ഹസ്തിനാപുരം എന്ന് പ്രസിദ്ധിപെറ്റ രാജസ്ഥാനം അനന്തരാവകാശത്തെക്കുറിച്ചുള്ള വഴക്കുകൾ നേരിടേണ്ടി വന്നു. ഹസ്തിനാപുരത്തിലെ രണ്ട് രാജകുമാരന്മാർ പാണ്ഡുവും ധൃതരാഷ്ട്രനും ആയിരുന്നു. ധൃതരാഷ്ട്രർക്ക് ജന്മനാ കാഴ്ചയില്ലായിരുന്നു. അതുകൊണ്ട് കിരീടാവകാശി പാണ്ഡുവായിരുന്നു. കിരീടാവകാശി പാണ്ഡു ആയിരുന്നുവെങ്കിലും ചില പ്രത്യേക സാഹചര്യങ്ങൾ കാരണം (ചില ശാപങ്ങൾ കാരണം) പാണ്ഡു രാജാവാകുന്നതിനുപകരം വനവാസത്തിന് തയ്യാറായി. പാണ്ഡു കുന്തിയെ വിവാഹം കഴിച്ചു. പിന്നീട് രണ്ടാം ഭാര്യയായി മാദ്രിയേയും. ധൃതരാഷ്ട്രർ ഗാന്ധാരിയേയും വിവാഹം കഴിച്ചു.

വനവാസകാലത്ത് പാണ്ഡുവിനുണ്ടായ മക്കളാണ് പാണ്ഡവർ-യുധിഷ്ഠിരൻ, ഭീമൻ, അർജ്ജുനൻ, നകുലൻ, സഹദേവൻ. പാണ്ഡുവിന്റെ അകാലത്തുണ്ടായ മരണശേഷം കുന്തിയും മക്കളും ഹസ്തിനാപുരത്തിൽ തിരികെയെത്തി. കൊട്ടാരത്തിൽതന്നെ ജീവിച്ചു. അന്ധനായിരുന്നുവെങ്കിലും പാണ്ഡുവിന്റെ അഭാവത്തിൽ ധൃതരാഷ്ട്രർ രാജാവായി. അദ്ദേഹം ഗാന്ധാരിയെ വിവാഹം കഴിച്ചു. അവർക്ക് നൂറുമക്കളുണ്ടായി. അവരാണ് കൗരവർ. അവരിൽ മൂത്തയാൾ ദുര്യോധനനായിരുന്നു.

ഹസ്തിനാപുരത്തിലെ കീഴ് വഴക്കങ്ങളനുസരിച്ച് ധൃതരാഷ്ട്രർക്കുശേഷം കിരീടാവകാശി പാണ്ഡുവിന്റെ മൂത്ത പുത്രനായ യുധിഷ്ഠിരനായിരുന്നു. പക്ഷേ, താനാണ് കിരീടാവകാശിയെന്ന് ദുര്യോധനൻ വാശിപിടിച്ചു. അതുകാരണം പാണ്ഡവരും കൗരവരും ബദ്ധശത്രുക്കളായിത്തീർന്നു. ആ ശത്രുത വളർന്നുവളർന്ന് വിനാശകമായിത്തീർന്ന കുരുക്ഷേത്രയുദ്ധത്തിലാണ് ചെന്നെത്തിയത്.

പാണ്ഡവരിൽ ഏറ്റവും ശക്തിമാനായിരുന്നതും യുദ്ധത്തിന്റെ അവസാനവിധി നിർണയിക്കാൻ കഴിവുള്ള യോദ്ധാവായി കരുതപ്പെട്ടിരുന്നതും അർജ്ജുനനെയാണ്. നേരത്തെ സൂചിപ്പിച്ചതുപോലെ കർണനും ഏതാണ്ട് അർജ്ജുനനോട് കിടപിടിക്കുന്ന യോദ്ധാവാണെന്ന് പരക്കെ അംഗീകരിക്കപ്പെട്ടിരുന്നു. അതുകൊണ്ട് ദുര്യോധനൻ കർണനെ തന്റെ ആത്മമിത്രമായി അംഗീകരിക്കുകയും അച്ഛന്റെ അനുവാദത്തോടെ കർണനെ ഒരംഗരാജാവായി (രാജ്യത്തിനകത്തുതന്നെയുള്ള ഒരു ചെറിയ പ്രദേശത്തിന്റെ പരിമിതമായ അധികാരങ്ങൾ മാത്രമുള്ള രാജാവ്) പ്രഖ്യാപിച്ച് സമൂഹത്തിൽ അന്തസ്സും സ്വീകാര്യതയും ഉണ്ടാക്കിക്കൊടുത്തു. അതുകൊണ്ട് കർണൻ ദുര്യോധനനോട് കടപ്പെട്ടവനാകുകയും ചെയ്തു.

സൂര്യപുത്രനായ കർണൻ വളരെയധികം ദയാശീലനും ധർമ്മനിഷ്ഠനുമായിരുന്നു. ആര് തന്നോട് എന്ത് ദാനമായി ചോദിച്ചാലും തനിക്കു കഴിയുന്നതാണെങ്കിൽ കർണൻ ഒരിക്കലും കൊടുക്കാതിരുന്നിട്ടില്ല- അങ്ങനെ ദാനം ചെയ്യുന്നത് തന്റെതന്നെ അസ്തിത്വത്തെ ബാധിക്കുന്നതാണെന്ന പൂർണബോധ്യമുള്ളപ്പോൾപോലും. അതുപോലെ ധർമ്മത്തിന് ചേരാത്ത ഒരു പ്രവർത്തിയും കർണൻ സ്വയം ചെയ്യുമായിരുന്നില്ല. പക്ഷേ വിധി അദ്ദേഹത്തെ അധർമ്മം പ്രവർത്തിക്കുന്നതിന് മടിയില്ലാതിരുന്ന ദുര്യോധനന്റെ ഭാഗത്ത് എത്തിക്കുകയും ചേർത്തുനിർത്തുകയും ചെയ്തുവെങ്കിലും അദ്ദേഹം സ്വയം അധർമ്മമായ ഒരു പ്രവർത്തിയും ചെയ്തില്ല.

പാണ്ഡവരും കൗരവരും തമ്മിൽ യുദ്ധം ഏതാണ്ട് തീർച്ചയായ സമയത്ത് കർണന്റെ ജീവിതത്തിലെ മറ്റുരണ്ട് പ്രധാന സംഭവങ്ങൾ നടന്നു. പാണ്ഡവരുടേയും കർണന്റെയും അമ്മയായ കുന്തി, യുദ്ധത്തിൽ പാണ്ഡവർ ജയിക്കണമെന്ന് തീവ്രമായി ആഗ്രഹിച്ച കുന്തി കർണനെ നേരിൽക്കണ്ടു; താനാണ് കർണന്റെ സ്വന്തം അമ്മയെന്ന് പറയുകയും തന്റെ കൗമാരപ്രായത്തിൽ ചെയ്തുപോയ തെറ്റിന് മകനോട് മാപ്പപേക്ഷിക്കുകയും ചെയ്തു. കൗരവരുടെ കൂട്ടുകെട്ട് വിട്ടിട്ട് പാണ്ഡവരോടു ഒത്തുചേരണമെന്ന് അഭ്യർത്ഥിച്ചു. കർണനും അർജ്ജുനനും തമ്മിൽ നേരിട്ട് ഒരു യുദ്ധം നടക്കാൻ ഇടംകൊടുക്കരുതെന്നും യാചിച്ചു പറഞ്ഞു. പകരം, പാണ്ഡവരുടെ അമ്മയെന്നനിലയിൽ താൻ കർണനെ സ്വന്തം മകനായി സമൂഹത്തിന്റെ മുമ്പിൽ അംഗീകരിക്കാമെന്നും കർണനെ പാണ്ഡവർ ഭരിക്കാൻ ഇടയാകുന്ന രാജ്യത്തെ രാജാവായി വാഴിക്കാമെന്നും അതിനുള്ള സമ്മതം പാണ്ഡവരുടെ പക്കൽനിന്നും താൻ വാങ്ങിക്കൊള്ളാമെന്നും ആ അമ്മ ശപഥം ചെയ്തു. പക്ഷേ, തനിക്ക് ദുര്യോധനനോടുള്ള കടപ്പാട് മറന്ന് പാണ്ഡവപക്ഷം ചേരാൻ കർണൻ

വിസമ്മതിച്ചു. എങ്കിലും സ്വന്തം അമ്മയോട് യാതൊരു വിരോധവും പ്രകടിപ്പിക്കാതെ, അമ്മയുടെ ആവശ്യങ്ങളെ മാനിച്ചുകൊണ്ട്, കർണ്ണൻ ഒരു ധർമ്മിഷ്ഠന് ചേർന്ന മറുപടിയാണ് കുന്തീദേവിക്ക് നൽകിയത്.

'അമ്മേ, ഞാനമ്മയേ ബഹുമാനിക്കുന്നു. സ്നേഹിക്കുന്നു. ഈ വൈകിയ വേളയിലെങ്കിലും അമ്മ എന്നെ സ്വന്തം മകനായി അംഗീകരിച്ചല്ലോ. എനിക്ക് വളരെയേറെ സന്തോഷമായി. ഞാനമ്മയ്ക്ക് ഒരു വാഗ്ദാനം നൽകുന്നു. വരുന്ന യുദ്ധത്തിൽ എനിക്ക് ദുര്യോധനന്റെ പക്ഷത്തുനിന്ന് യുദ്ധം ചെയ്തേ മതിയാകൂ. പക്ഷേ, യാതൊരു കാരണവശാലും അർജ്ജുനനൊഴികെ അമ്മയുടെ മറ്റൊരു മക്കൾക്കും-എന്റെ മറ്റനുജന്മാർക്ക് കുഴപ്പങ്ങളൊന്നുമുണ്ടാകാതെ (ദേഹോപായം ഉണ്ടാകാതെ) ഞാൻ സൂക്ഷിക്കാം. പക്ഷേ അർജ്ജുനനോ ഞാനോ ആരെങ്കിലുമൊരാൾ യുദ്ധത്തിൽ മരിക്കും. യുദ്ധം കഴിയുമ്പോഴും അമ്മയ്ക്ക് ഇതുവരെയുണ്ടായിരുന്നതുപോലെ, ലോകമറിയുന്ന അഞ്ചുമക്കളുണ്ടായിരിക്കും. ഇതെന്റെ വാക്കാണ്. അമ്മ എന്നെ വിശ്വസിച്ച് ദയവായി തിരികെ പോയാലും.'

ആ സമയത്ത് കർണ്ണന്റെ ജീവിതത്തിലുണ്ടായ മറ്റൊരു പ്രധാന സംഭവം സ്വന്തം അച്ഛനുമായുണ്ടായ കൂടിക്കാഴ്ചയാണ്. ജനനസമയത്ത് സൂര്യദേവൻ മകന് രക്ഷാകവചമായി ദേഹത്തോടൊട്ടിക്കിടന്നിരുന്ന കുണ്ഡലങ്ങൾ നൽകിയിരുന്നു എന്ന് നേരത്തെ സൂചിപ്പിച്ചുവല്ലോ. ആ കുണ്ഡലങ്ങൾ ദേഹത്ത് ഉള്ളിടത്തോളം കാലം കർണ്ണനെ ആർക്കും കൊല്ലുവാൻ കഴിയുമായിരുന്നില്ല. അതുകൊണ്ടുതന്നെ ശ്രീകൃഷ്ണന്റെ നിർദ്ദേശപ്രകാരം, പാണ്ഡവരുടെ രക്ഷയ്ക്കും വിജയത്തിനുമായി കവചങ്ങൾ കർണ്ണനിൽനിന്ന് തട്ടിയെടുക്കാൻ അർജ്ജുനന്റെ അച്ഛനായ ഇന്ദ്രൻ ശ്രമിക്കുമെന്നുള്ള വിവരം സൂര്യദേവന് കിട്ടി. പുത്രസ്നേഹിയായിരുന്ന അദ്ദേഹം സ്വയം കർണ്ണന്റെ മുമ്പിൽ പ്രത്യക്ഷപ്പെട്ട് താനാണ് കർണ്ണന്റെ അച്ഛനെന്ന വിവരം കർണ്ണനോട് പറഞ്ഞു.

'കർണ്ണാ, മകനേ, നിന്റെ ദാനശീലം ശ്ലാഘനീയം തന്നെ. പക്ഷേ നീ സൂക്ഷിക്കണം. വരാൻ പോകുന്ന യുദ്ധത്തിൽ നിനക്ക് ജനനസമയത്ത് ഞാൻ നൽകിയ കവചങ്ങൾ നിന്നെ രക്ഷിക്കുമെന്ന് എല്ലാവർക്കും അറിയാം. അതുകൊണ്ട് ആ കവചങ്ങൾ നിന്നിൽനിന്ന് തട്ടിയെടുക്കാൻ ഗൂഢാലോചനകൾ നടക്കുന്നുണ്ട്. നീ കരുതലോടെ ഇരിക്കണം.'

'എങ്ങനെ തട്ടിയെടുക്കുമെന്നാ.'

'മകനേ, ഇന്ദ്രദേവൻ നിന്റെയടുക്കൽ ബ്രാഹ്മണന്റെ വേഷത്തിൽ വന്ന് ദാനം ചോദിക്കും- മറ്റൊന്നുമല്ല, അദ്ദേഹം ചോദിക്കുന്നത് നിന്റെ കവചകുണ്ഡലങ്ങളായിരിക്കും.'

'അച്ഛാ, അങ്ങനെ ഇന്ദ്രൻ എന്നോട് ദാനം ചോദിച്ചാൽ എനിക്ക് എന്തു സംഭവിച്ചാലും സാരമില്ലെന്നു കരുതി ഞാൻ അദ്ദേഹം ചോദിക്കുന്ന ഭിക്ഷ എന്നാൽ കഴിയുന്നതാണെങ്കിൽ കൊടുത്തിരിക്കും. അതെന്റെ ധർമ്മമാണ്. ദാനം കേൾക്കുന്നതെന്തും എന്നാൽ കഴിയുന്നതാണെങ്കിൽ കൊടുത്തിരിക്കും.'

'മകനേ. അപ്പോൾ നിന്റെ ജീവൻ....'

'ബഹുമാനപ്പെട്ട പിതാവേ, എനിക്ക് എന്റെ ജീവനേക്കാൾ വലുതാണ് വിലപിടിപ്പുള്ളതാണ് ധർമ്മനിഷ്ഠയും എന്റെ സൽപേരും. അതുകൊണ്ട് അച്ഛൻ വിഷമിക്കാതെ പോയാലും. എല്ലാം വിധിപോലെ നടക്കട്ടെ'

അങ്ങനെ അധികം താമസിയാതെ തന്റെ മുമ്പിൽ കർണകുണ്ഡലങ്ങൾ യാചിച്ചുകേട്ട പ്രച്ഛന്നവേഷധാരിയായി എത്തിയ ഇന്ദ്രന് കർണൻ തന്റെ കവചകുണ്ഡലങ്ങൾ ദേഹത്തുനിന്നു മുറിച്ചുമാറ്റി തന്റെ ദാനശീലത്തിന് ഭംഗം വരാതെ കാത്തുസൂക്ഷിച്ചു. പക്ഷേ, അങ്ങനെ ചെയ്തത് പിന്നീട് നടന്ന കുരുക്ഷേത്രയുദ്ധത്തിൽ മരണം അറിഞ്ഞുകൊണ്ടുതന്നെ കർണൻ സ്വയം ഏറ്റുവാങ്ങുകയായിരുന്നു എന്ന് പറയാം.

കർണനെപ്പോലെ ധർമ്മനിഷ്ഠനായ ഒരാൾ അധർമ്മത്തിന്റെ പക്ഷത്ത് നിൽക്കേണ്ടിവന്ന സാഹചര്യങ്ങൾ വിരളമായിട്ടെങ്കിലും നമുക്ക് കാണാൻ കഴിയും. അത്തരത്തിലുള്ളവരെ പ്രസിദ്ധിപെറ്റ ഗ്രീക്ക് തത്വജ്ഞാനി അരിസ്റ്റോട്ടിൽ (Aristotle) 'ദുർബ്ബലരാക്കപ്പെട്ട നല്ല മനുഷ്യർ' (Flawed good men) എന്ന് നിർവചിച്ചിരിക്കുന്നു. അതുപോലെയുള്ള മറ്റൊരു കഥാപാത്രമാണ് അകിലിസ് (Achilles). കർണനെപ്പോലെ ദേഹത്തോടൊട്ടിയ രക്ഷാകവചവുമായി ജീവിച്ച കഥാപാത്രവുമാണ് ഹോമർ (Homer) എന്ന ഗ്രീക്ക് കവിയുടെ ഇലിയാഡിലെ (Illiad) അക്ലിസ്. അദ്ദേഹം ഗ്രീക്ക് രാജാവായിരുന്ന പെലെസ് (Peleus)നും തേറ്റിസ് (Thetis) എന്ന ജലദേവതയ്ക്കും ജനിച്ച മകനായിരുന്നു. തേറ്റിസിന് മകനെ ഒരമ്മയെന്ന നിലയിൽ സ്നേഹിച്ച് വളർത്താൻ താല്പര്യമില്ലായിരുന്നു. എങ്കിലും മകൻ തന്നെപ്പോലെ മരണത്തിന് അതീതനാകണമെന്ന് ആഗ്രഹിച്ച അമ്മ (ജലദേവതയ്ക്ക് ജനിച്ച മകനായിരുന്നുവെങ്കിലും അക്ലിസ് മനുഷ്യനായിരുന്നു- അതുകൊണ്ട് മരണം അനിവാര്യമായിരുന്നു) കുട്ടിയെ ഭൂമിക്കടിയിൽ ഒഴുകുന്ന സ്റ്റിക്സ് (styx) എന്ന നദിയിലെ ജലത്തിൽ, പ്രത്യേക സവിശേഷകളുണ്ടായിരുന്ന ജലത്തിൽ, മുക്കിയെടുത്തു. നദിയിലെ ജലത്തിന്റെ സവിശേഷശക്തി കാരണം എക്ലിസിന് ദേഹമാസകലം ഒരു രക്ഷാകവചം കിട്ടി. പക്ഷേ തേറ്റിസ് കുട്ടിയുടെ കാലിന്റെ ഉപ്പൂറ്റിയിൽ പിടിച്ചുകൊണ്ടാണ്

ജലത്തിൽ മുക്കിയത്. കാലിൽ പിടിച്ചിരുന്ന ഭാഗം മാത്രം ജലത്തിൽ മുങ്ങാതെ പോയതുകൊണ്ട് ആ ഭാഗത്ത് (ഉപ്പൂറ്റിഭാഗം) മാത്രം കവചം കിട്ടിയില്ല. അക്കിലിസിന്റെ ഉപ്പൂറ്റി മാത്രം ദുർബലമായിരുന്നു. കുറേക്കാലങ്ങൾക്കുശേഷം നടന്ന പ്രസിദ്ധിപെറ്റ ട്രോജൻ യുദ്ധത്തിൽ (Trojan War) വീരപരാക്രമങ്ങൾ നടത്തി, ഏതാണ്ട് അജയ്യനായി യുദ്ധം ചെയ്ത അക്കിലിസിനെ യുദ്ധനിപുണനും, സൂര്യദേവന്റെ സ്ഥാനം അലങ്കരിക്കുകയുമൊക്കെ ചെയ്ത ഗ്രീക്ക് ദേവൻ അപ്പോളോയുടെ (Apollo) സഹായത്തോടെ ഉപ്പൂറ്റിയിൽ അമ്പെയ്താണ് കൊന്നതെന്ന് പറയപ്പെടുന്നു. ഇതാണ് ഇംഗ്ലീഷിലെ Achilles' Heels (ശക്തന്റെ ദുർബ്ബലവശം) എന്ന വിഖ്യാതമായ പദപ്രയോഗത്തിന്റെ ഉറവിടം. മഹാഭാരതകഥയിലെ സൂര്യപുത്രനായ കർണന്റെ ജീവിതവും ഗ്രീക്ക് കഥാനായകനായ അക്കിലിസിന്റെ ജീവിതവും തമ്മിൽ ഒരുപാട് സമാനതകൾ കാണാൻ കഴിയും. അതൊക്കെ പഠിക്കാൻ ഇതുവായിക്കുന്ന ചിലർക്കെങ്കിലും താല്പര്യവും ജിജ്ഞാസയും ഉണ്ടാകുമെന്ന് വിശ്വസിക്കട്ടെ.

സൂര്യൻ കഥകൾ -അമേരിക്കയിൽ

ലോകത്തെങ്ങുമുള്ള മനുഷ്യർക്ക് അവരവരുടെ സാംസ്കാരിക വളർച്ചയ്ക്കനുസരണം അതാതുകാലങ്ങളിൽ അവർക്ക് പ്രകൃതിയേയും, പ്രകൃതിയിൽ അവർ കണ്ടുമുട്ടിയ പല പ്രതിഭാസങ്ങളേയും കുറിച്ച് അവരുടെ ഭാവനയിൽ രൂപപ്പെട്ട കഥകൾ ഉണ്ട്. അങ്ങനെ അമേരിക്കൻ ഭൂഖണ്ഡങ്ങളിൽ ജീവിച്ചിരുന്ന ആദിമ മനുഷ്യർക്കിടയിലും അത്തരം ധാരാളം കഥകൾ ഉണ്ടായിരുന്നു.

ഉദാഹരണത്തിന്- ഇന്ന് നാം യു.എസ്.എ. എന്ന പേരിൽ അറിയപ്പെടുന്ന, നമ്മുടെ ഭൂമിയിൽത്തന്നെ ഏറ്റവും പ്രാധാന്യത്തോടുകൂടി നാം നോക്കിക്കാണുന്ന രാജ്യത്തിലെ ആദിമ മനുഷ്യരിൽ പ്രാധാന്യം അർഹിക്കുന്ന ഒരു വിഭാഗമാണ് 'ചെറോക്കി' എന്ന പേരിൽ അറിയപ്പെടുന്ന അമേരിക്കൻ ഇന്ത്യാക്കാർ (American Indians). നമ്മുടെ രാജ്യമായ ഇന്ത്യയിൽനിന്ന് അമേരിക്കയിൽ കുടിയേറി പാർക്കുന്നവരും അവരുടെ വംശപരമ്പരയും അറിയപ്പെടുന്നത് ഇന്ത്യൻ- അമേരിക്കർ (Indian Americans) എന്നാണ്.

ഈ കഥ വായിക്കുന്നതിനുമുൻപ് ചെറോക്കികളേക്കുറിച്ചും അവരുടെ സാംസ്കാരിക പാരമ്പര്യത്തെക്കുറിച്ചും അല്പം ചിലത് അറിയാൻ ശ്രമിക്കാം.

യുണൈറ്റഡ് സ്റ്റേറ്റ്സ് ഓഫ് അമേരിക്ക (U.S.A) യിലെ തെക്കുകിഴക്കൻ വനപ്രദേശങ്ങൾ (South eastern woodlands) എന്നറിയപ്പെട്ടിരുന്ന സ്ഥലങ്ങളിൽ-ഇന്നത്തെ വടക്കൻ കരോലിന, (North Carolina) തെക്കുകിഴക്കൻ ടെന്നീസെ, (South eastern Tennesse),

ജോർജിയയുടെ (Georgia) വടക്കുപ്രദേശം, അലബാമയുടെ (Alabama) വടക്കുകിഴക്കൻ പ്രദേശം മുതലായ സ്ഥലങ്ങളിൽ ഏതാണ്ട് 4000 വർഷങ്ങൾക്കുമുമ്പുതന്നെ ജീവിച്ചിരുന്നവരാണ് ചെറോക്കികൾ; അതായത് യൂറോപ്യൻ അധിനിവേശത്തിന് വളരെ വളരെ മുൻപുമുതൽ. അവർക്ക് അവരുടെ സ്വന്തമായ ഭാഷയും സംസ്കാരവും ഉണ്ടായിരുന്നു. 1492-ൽ സ്പെയിനും പിന്നീട് പോർട്ടുഗലും, 1587-ൽ ബ്രിട്ടനും തുടങ്ങിവെച്ച അമേരിക്കൻ അധിനിവേശം മനുഷ്യരുടെ സാംസ്കാരിക ചരിത്രത്തിലെ ഒരു പ്രധാന സംഭവമായിരുന്നു. ഇന്ന് തിരിഞ്ഞുനോക്കുമ്പോൾ രാഷ്ട്രങ്ങൾ അക്കാലങ്ങളിൽ കാട്ടിയിരുന്ന ധാർഷ്ട്യത്തിന്റെ അളവ് കാണിക്കുന്നവ എങ്കിലും ഇന്ന് രസാവഹവുമായി തോന്നാവുന്ന ഒരു സംഭവത്തെക്കുറിച്ച് പറയട്ടെ. 1494-ൽ സ്പെയിനും പോർട്ടുഗലും ചേർന്ന് ഒരു ഉടമ്പടി ഉണ്ടാക്കി. ടോർഡേസിലാസ് ഉടമ്പടി (Treaty of Tordesillas) എന്ന പേരിൽ അറിയപ്പെടുന്ന ഉടമ്പടിപ്രകാരം ആ രണ്ടു രാജ്യങ്ങളും ഭൂമി മുഴുവനും അവർക്ക് മാത്രം അവകാശപ്പെടുന്ന രണ്ടു ഭാഗങ്ങളായി തീർച്ചപ്പെടുത്തി. അക്രിസ്ത്യാനികൾ കൂടുതലായി താമസിച്ചിരുന്ന കിഴക്കോട്ടുള്ള പ്രദേശങ്ങൾ മുഴുവനും പോർട്ടുഗലിനും അമേരിക്കൻ ഭൂഖണ്ഡങ്ങൾ ഉൾപ്പെടെയുള്ള പടിഞ്ഞാറൻ പ്രദേശങ്ങൾ സ്പെയിനിനും സ്വന്തമെന്ന് അവർ തീരുമാനിച്ചു.പക്ഷേ പിന്നീട് 1506-ൽ പടിഞ്ഞാറൻ പ്രദേശങ്ങളിൽ തെക്കേഅമേരിക്കയുടെ ചില കിഴക്കു ഭാഗങ്ങളുടെ (ഇന്നത്തെ ബ്രസീൽ ഉൾപ്പെടുന്ന പ്രദേശങ്ങൾ) ഉടമസ്ഥാവകാശവും കൂടി പോർട്ടുഗലിന് വിട്ടുകൊടുത്തു. അങ്ങനെയൊക്കെ ആയിരുന്നുവെങ്കിലും 1587-ൽ ബ്രിട്ടൻ തുടങ്ങിവെച്ച കൂടുതൽ വ്യാപകമായ അമേരിക്കൻ അധിനിവേശവും, സാമ്രാജ്യവൽക്കരണവും വമ്പിച്ച വിജയമായി മാറുകയും ബ്രിട്ടൻ ലോകത്തിലെ ഏറ്റവും വലിയ സാമ്രാജ്യശക്തിയായി വളരുകയും നമ്മുടെ ഇന്ത്യയുൾപ്പെടെയുള്ള പല പല നാടുകളും അവരുടെ കൊടിക്കീഴിൽ കൊണ്ടുവന്നതുമെല്ലാം ചരിത്രത്തിന്റെ ഭാഗമാണ്.

അമേരിക്കൻ ഭൂഖണ്ഡങ്ങളിൽ യൂറോപ്യൻ അധിനിവേശം ആരംഭിച്ച കാലത്ത് (1492-തുടങ്ങി) അവിടെ ഏതാണ്ട് അഞ്ചുകോടിക്കും ഏഴു കോടിക്കും ഇടയിൽ ജനസംഖ്യ ഉണ്ടായിരുന്നിരിക്കണം എന്ന് കണക്കാക്കപ്പെട്ടിരിക്കുന്നു. അവരിൽ കൂടുതൽ പ്രാധാന്യമർഹിക്കുന്ന ജനവിഭാഗങ്ങൾ-സാംസ്കാരികമായി മുൻപന്തിയിൽ നിന്നിരുന്ന ചില ജനവിഭാഗങ്ങളുടെ പേരുകൾ താഴെകൊടുക്കുന്നു.

- ഓൾമെക്ക് - Olmec
- മായൻ - Mayan

- ടോൾടെക് - Toltec
- അസ്ടെക് - Aztec
- ഇൻകാ - Inca

ഈ ജനവിഭാഗങ്ങളോടൊപ്പം തന്നെ നിന്നിരുന്ന ചെറോക്കികളും. അവരെല്ലാവരുംതന്നെ വിദേശ അധിനിവേശത്തെ എതിർക്കുകയും ചെയ്തിരുന്നു. ആദ്യകാലങ്ങളിൽ സ്വർണവും വെള്ളിയും മറ്റും ശേഖരിക്കുക എന്ന ഉദ്ദേശത്തോടുകൂടി മാത്രം അമേരിക്കൻ ഭൂഖണ്ഡങ്ങളിൽ എത്തിയവർ പിന്നീട് സ്ഥലം സ്വന്തമാക്കാനും, കുടിയേറി പാർക്കാനും, പല പ്രദേശങ്ങളും തങ്ങളുടെ അധീനത്തിലും കൊടിക്കീഴിലും ആക്കാൻ ആരംഭിച്ചതോടെ തദ്ദേശവാസികളും അധിനിവേശ ശക്തികളും പരസ്പരം യുദ്ധം ചെയ്യാൻ തുടങ്ങി. അത്തരം യുദ്ധങ്ങളിൽ യൂറോപ്യൻ ശക്തികളുടെ പക്കൽ ഉണ്ടായിരുന്ന തോക്കുകളോട് കിടപിടിക്കുന്ന ആയുധങ്ങളൊന്നും തദ്ദേശവാസികളുടെ പക്കൽ ഉണ്ടായിരുന്നില്ല. അതുകൊണ്ട് ആ യുദ്ധങ്ങളിൽ വളരെയധികം തദ്ദേശവാസികൾ കൊല്ലപ്പെട്ടു. ഉദാഹരണത്തിന് 1519നും 1521 നും ഇടയ്ക്ക് അസ്ടെക്കുകളും, സ്പെയിനുകാരും തമ്മിൽ നടന്ന യുദ്ധത്തിൽ 3,40,000 അസ്ടെക്കുകൾ മരിച്ചിരിക്കാം എന്ന് കരുതപ്പെടുന്നു; അതേസമയം 500 നും 1000 നും ഇടയ്ക്കുമാത്രമായിരുന്നിരിക്കണം സ്പെയിൻകാരുടെ മരണം എന്നും അത്തരം യുദ്ധങ്ങൾക്കപ്പുറമെ, ആ കാലഘട്ടത്തിൽ യൂറോപ്പിൽ നിന്നും അമേരിക്കയിൽ എത്തിച്ചേർന്ന ആളുകളുടെ പക്കൽനിന്നും പകർന്നുകിട്ടിയ സംക്രമണ രോഗങ്ങളും തദ്ദേശവാസികളെ സാരമായി ബാധിച്ചു. ഇന്ന് (2020-22) കോവിഡ് 19 എന്ന മഹാമാരിയുമായി നമ്മൾ പൊരുതിക്കൊണ്ടിരിക്കുന്ന സമയത്ത് യൂറോപ്പിൽ നിന്ന് അമേരിക്കയിൽ എത്തിച്ചേർന്ന പകർച്ച വ്യാധികൾ ഏതൊക്കെയായിരുന്നു എന്നു നോക്കാം.

വ്യാധി	എത്തിയവർഷം
വസൂരി (Small pox)	1518, 1521, 1525, 1558, 1589
ടൈഫോയിഡ് (Typhoid / സന്നിപാത ജ്വരം)	1546
ഡിഫ്തീരിയ (Diphtheria)	1618
പകർച്ചപ്പനി (Influenza)	1558
പൊങ്ങൻപനി (Measles) അഞ്ചാംപനി	1614

യുദ്ധവും പകർച്ചവ്യാധികളും കാരണം 1492-ൽ ഉണ്ടായിരുന്ന തദ്ദേശവാസികളുടെ എണ്ണം (അഞ്ചുകോടിക്കും ഏഴുകോടിക്കും ഇടയ്ക്ക്) ഏതാണ്ട് എഴുപത്-എൺപത് ലക്ഷം എന്ന നിലയിലേക്ക് കുറഞ്ഞു എന്ന് കരുതപ്പെടുന്നു. ആ കാലത്ത് അമേരിക്കൻ ഭൂഖണ്ഡങ്ങളിൽ നടന്നത് വംശഹത്യയ്ക്ക് (Genocide) സമാനമായിരുന്നു എന്നു പറഞ്ഞാലും തെറ്റാവില്ല.

അങ്ങനെയൊക്കെ ആയിരുന്നുവെങ്കിലും യൂറോപ്യൻ അധിനിവേശം കാരണം തങ്ങളുടെ പൂർണമായ വംശനാശം ഉണ്ടാകരുതെന്ന് ആത്മാർത്ഥമായി ആഗ്രഹിച്ച കുറേയാളുകൾ തദ്ദേശവാസികൾക്കിടയിൽ ഉണ്ടായിരുന്നു. അവരുടെ ശ്രമം കാരണം പലപ്പോഴും, വളരെ വലിയ വിട്ടുവീഴ്ചകൾക്ക് തയ്യാറായി അവർ വിദേശികളുമായി സന്ധിയുടമ്പടികൾ ഉണ്ടാക്കി. അത്തരത്തിലുണ്ടാക്കിയ ആദ്യത്തെ ഉടമ്പടികളിലൊന്നായിരിക്കണം 'ഡിലാവേർ ഉടമ്പടി (Delaware Treaty)' എന്ന പേരിൽ അറിയപ്പെടുന്ന 1778 സെപ്തംബറിൽ ഉണ്ടാക്കപ്പെട്ട ഉടമ്പടി. പിന്നീട് യൂറോപ്യൻ രാജ്യങ്ങളിൽനിന്ന് കുടിയേറിപ്പാർത്തവർ കുറേശ്ശെയായി അവരുടെ സ്വന്തം രാജ്യങ്ങൾക്ക് രൂപം നൽകുകയും, സ്വതന്ത്ര രാജ്യങ്ങളായി രൂപാന്തരപ്പെടുകയും ചെയ്ത പശ്ചാത്തലത്തിൽ രാഷ്ട്രീയമായ പല മാറ്റങ്ങളും ഉണ്ടായി. 1776-ലാണ് ഇന്നത്തെ അമേരിക്കൻ ഐക്യനാടുകൾ (U.S.A) ബ്രിട്ടനിൽ നിന്ന് വിട്ടുമാറി സ്വതന്ത്രരാജ്യമായത്. 1821-ൽ മെക്സിക്കോയും മറ്റു പല മദ്ധ്യ അമേരിക്കൻ നാടുകളും സ്പെയിനിൽനിന്ന് സ്വതന്ത്രമായി. എന്നിരുന്നാലും തദ്ദേശവാസികൾക്ക് അവരുടെ ന്യായമായ പല അവകാശങ്ങളും നിഷേധിക്കപ്പെട്ടു. അവരെ അമേരിക്കൻ പൗരന്മാരായിപ്പോലും അധിനിവേശശക്തികൾ അംഗീകരിച്ചില്ല. ഉദാഹരണത്തിന് 1924 ലെ - Indian Citizenship Act അമേരിക്കൻ ഇന്ത്യാക്കാർക്ക് ചില പ്രത്യേക സാഹചര്യങ്ങളിൽ അമേരിക്കൻ പൗരത്വം സാധ്യമാക്കിയെങ്കിലും പല കാരണങ്ങൾകൊണ്ടും 1957 വരെയും അവർക്ക് അമേരിക്കൻ തെരഞ്ഞെടുപ്പുകളിൽ വോട്ടവകാശം നിഷേധിക്കപ്പെട്ട ചരിത്രമാണുള്ളത്. 1965 ൽ യു.എസ്.എ.യിൽ പാസ്സാക്കിയ Civil Rights Act of 1964 ഉം Voting Rights Act of 1964 ഉം Indian Civil Rights Act of 1968ഉം ആണ് അമേരിക്കൻ ഇന്ത്യാക്കാരും അമേരിക്കൻ ജനതയുടെ ഭാഗമാണെന്ന് ശരിയായും അംഗീകരിച്ചതെന്ന് പറയാം.

എങ്കിലും യൂറോപ്യൻ അധിനിവേശശക്തികളുടെ വംശഹത്യപ്രവണത മനസ്സിലാക്കിയ തദ്ദേശവാസികളിൽ ചിലരെങ്കിലും കുടിയേറിപ്പാർത്തവരുമായി സൗഹൃദബന്ധനം സ്ഥാപിക്കാനും യുദ്ധവും

പരസ്പര വൈരാഗ്യവും ഇല്ലാതാക്കുവാനും ഒത്തുതീർപ്പുകളിൽക്കൂടിയും മറ്റും സാധ്യമാക്കാൻ ശ്രമം നടത്തി എന്നതും മറക്കാനാകുകയില്ല. ചിലർ വൈവാഹിക ബന്ധത്തിൽ ഏർപ്പെട്ടുകയും തദ്ദേശവാസികളും കുടിയേറ്റക്കാരും ഒന്നിണങ്ങി ജീവിക്കുന്ന ഒരു ഭാവി സ്വപ്നം കാണുകയും ചെയ്തു. അങ്ങനെയുള്ള ചിലരെയെങ്കിലും ഇന്നും അമേരിക്കൻ ഭൂഖണ്ഡങ്ങളിൽ സ്നേഹത്തോടെ ഓർക്കുന്നു. അത്തരത്തിലുള്ള രണ്ട് ഉദാഹരണങ്ങൾ ഉദ്ധരിക്കാം.

ഉദാഹരണത്തിന് പൗഹത്താൻ എന്ന ആദിവാസി മുഖ്യന്റെ മകൾ 'പൊക്കൊഹൊണ്ടാസ്'(Pocontas) ഇന്നും അമേരിക്കയിൽ ഓർക്കപ്പെടുന്നു.- ആദരവോടെ, സ്നേഹത്തോടെ - പ്രത്യേകിച്ചും അമേരിക്കയിലെ വെർജീനിയ (Virginia) പോലുള്ള പ്രദേശങ്ങളിൽ. പൊക്കൊഹോണ്ടാസിനെ ഓർത്തുകൊണ്ട് ഏതാണ്ട് വർഷങ്ങൾക്കു മുമ്പ് ഞാനെഴുതിയ ഒരു ഇംഗ്ലീഷ് കവിത ഉദ്ധരിക്കുന്നു.

The hidden pond park[1]

My grandson, yet a child,
he and I we went to explore
the lake in the Hidden Pond Park,
away from the maddening rush.

Away from the maddening rush
of the automobiles and the noise
deafening and sickening
yet, in the heart of the city.

In the very heart of the city
a natural park it is,
a forest full of trees and bushes
pines, tulips and beeches.

1 Note: The Hidden Pond Park is situated in springfield, in the Fairfax Country in the neighborhood of Washington D.C, U.S.A. this is written during June 2001 when the writer had occasion to stay there for about two weeks.

A natural park it is,
with narrow foot-paths
climbing up and climbing down
taking bends and turns.

Foot-paths strewn with broken twigs
crisscross the length and breadth
with wooden foot bridges
across tiny streams of water.
Waters flow down the slopes to disappear
with a murmur feeble, under the culvert
at the farther end, across the high way
commuting people and their dreams.
As I enjoyed the natural beauty
waters flowed down to disappear
just as tears down my cheeks
of reminiscenes sad; of joyous present.

I turned the pages of history to perceive
the natives of this land, the ancients,
the Algokeans, The Mayas, the Incas, the Aztecs,
people came from where, I know not.

From whee did they come, were they
the Mongoloids from Asia or elsewhere,
to invade the forests of this vast land,
this rich land of promise, I know not.

Created they, the ancients of this land,
civilizations glorious and a culture
built on love abd understanding
of human value and sentiments.

Fought they, to defend their lands, beloved,
against the onslaught of men, from lands

distant and with weapons they knew not,
men in search of gold and riches
Left they for us stories many
of unsurpassed valor and courage;
left they for us profiles of Pochohontas many
to be adored and loved for ever.

Plundered and killed were they, not in ones
but in numbers large, villages after villages
across the length and breadth of the Americas,
the newly found lands, vast and promising.

And yet, blessed is Pocohontas,
daughter beloved of the mighty Powhatan,
to have built a bridge of love and friendship
to found this nation proud and prosperous.

And down the memory lane,cherished
are the names of explores, daring men
who challenged the might oceans
in search of adventure, land and dreams.
Cherished are the names of Columbus,
Amerigo, Leon, Cortes, Smith and many more,
pioneers to get their feet on this land
destined to climb ladders to superdom.

Cherished are the memories of sons,noble,
of this land, Washington, Paine, Lincon, Roosevelt,
men of vision and forethought to set vaules;
values dear to mankind everywhere.

Came out we, from the park to sunshine,
to the busy world of automobiles and noise,
to the world of business and commerce
where men and women have no time to reminisce

Came out we to the brighter world
where men and women submerge their past
in the fusion pot of races and cultures
to shape new generations with newer values.

Yet, even in this sunshine lingers a shadow
in my mind, and I hope to see a day
when the ancients of this land, take their positions
on the social ladder, to wither the shadow.

ഈ കവിത Insight എന്ന (ISBN 81-903925) സമാഹാരത്തിൽ ചേർത്തിട്ടുണ്ട്. എടുത്തുപറയേണ്ട മറ്റൊരുദാഹരണം മെക്സിക്കൊയിൽ നിന്നുള്ള മലിന്ത്സിൻ എന്ന പെൺകുട്ടിയാണ്- ഒരു പ്രത്യേക കാലഘട്ടത്തിൽ സാംസ്കാരികമായും സാമ്പത്തികമായും മുൻനിരയിലെന്ന് അഭിമാനിക്കാൻ കഴിയുന്നത്ര വളർന്ന അസ്ടെക് രാഷ്ട്രത്തിലെ രാജകുമാരി മലിന്ത്സിൻ. മലിന്ത്സിനെക്കുറിച്ച് 2009-ൽ ഞാനെഴുതിയ ഒരു മലയാളം കവിത ഉദ്ധരിക്കുന്നു.

മലിന്ത്സിൻ

കേൾക്കണം കൂട്ടരേ നിങ്ങളെന്റെ കഥ
കേൾക്കണമൊരു നാളുമാശിച്ചതില്ല
ഞാനെന്റെ നാടുമുടിക്കുവാനെന്റെ
കൂട്ടരെയൊന്നോടെ ഒടുക്കുവാൻ.

കേൾക്കണം ഞാനാശിച്ചതില്ലന്യന്റെ
കൊട്ടാര സൗഭാഗ്യങ്ങളുക്കിടക്കിയിലെ
കാമഭോഗങ്ങളെന്ന സത്യം, മറിച്ചോ
സ്നേഹിച്ചു ഞാനെന്റെ നാട്ടാരെയെന്റെയൊപ്പം.

അന്യന്റെ സൗഭഗങ്ങൾ കവർന്നെടുക്കാന-
ന്യന്റെ നാടു സ്വന്തമാക്കാനെന്നും

ചെയ്യാൻ മടിക്കാത്തവരെഴുതും
ചരിത്രമസത്യ ചരിത്രമെന്നറിയുന്ന നിങ്ങൾ.

കാമഭ്രാന്തിയെന്റെ പെറ്റമ്മ ചതിച്ച
കൊന്നൊരസ്തെക്ക രാജന്റെ പൊൻമകൾ
കിരീടാവകാശിയെന്നെയടിമയാക്കി
വിറ്റവർ-തന്നു തെരുവു വേശ്യപ്പട്ടവും.

മറന്നില്ല ഞാനൊരിക്കലുമച്ചതിയെങ്കിലും
ആഗ്രഹിച്ചതില്ല ഞാനെന്റെ വംശനാശം;
മറിച്ചോ, സൂര്യദേവചരിത്ര മാർഗിയെന്റെ
വേരുകളറ്റു പോകരുതെന്നു പ്രാർത്ഥിച്ച ഞാൻ.

അടിമയിവളാരാഞ്ഞു മാർഗ്ഗങ്ങളന്തപ്പുരത്തിലെ
ക്ഷുദ്രജന്തുക്കളെയൊട്ടുക്കാനമയപന
സംസ്കാരവേരുകൾ നിലനിർത്താൻ
കൊലനിലങ്ങളിൽ നിന്നെന്റെ കൂട്ടരെ മുക്തരാക്കാൻ.

പഠിച്ച ഞാൻ വിദ്യകൾ, ഭാഷകൾ പലതുമാ
വെള്ളക്കാരുടെ ഭാഷയുമൊപ്പം
ദൃഢതരമാക്കിയെന്റെ മനസ്സും
അറിഞ്ഞു ഞാനീ ശരീരകാന്തി തൻ വിലയും.

അത്തരുണത്തിലെത്തിയല കടലിന്നപ്പുറത്തു
നിന്നൊരു കൂട്ടരവരുടെ തൊപ്പിയും ചട്ടയും
തീ തുപ്പുന്ന കൊടിയ ശസ്ത്രങ്ങളുമേന്തി
അരിസേനകളെയൊന്നോടെ ദഹിപ്പിക്കാൻ പോന്നോർ.

അലകടലിന്നപ്പുറത്തുനിന്നെത്തിയവർ
അവരുടെ നൂതന അസ്ത്രങ്ങൾ തീ തുപ്പിയപ്പോള
തിനു മുന്നിൽ പകച്ച നിന്നു തളർന്നു ചത്തു
വീണെന്റെ നാട്ടാർ കൂട്ടം കൂട്ടമായി.

മർത്ത്യൻ പാപങ്ങൾ തോളിലേറ്റിയതിന്നു
പ്രായശ്ചിത്തമായി തൻ നിണം നൽകിയൊരു

ദേവന്റെ സന്ദേശമെടുത്തുവന്നവരി
യാസ്തെക്ക വർഗ്ഗത്തെയപ്പാടെ ചുട്ടെരിക്കുമത്രേ.

കനിവെഴും സർവ്വേശ്വരന്റെ മുമ്പിൽ
നമിക്കുമെന്നാലുമറപ്പില്ലവർക്ക്
മനുജരക്തം ചൊരിയാനല്പം
പൊന്നിനായെന്നറിഞ്ഞു ഞാൻ.

സ്വപ്നമൊന്നു കണ്ടു ഞാനസ്തെക്കുകൾ
നൂറ്റാണ്ടായി നേടിയ പരമ നിഗൂഢ
വിജ്ഞാന ഭണ്ഡാരവുമലകടലിന്നപ്പുറത്തെ
നൂതന ശാസ്ത്രങ്ങളുമൊത്തൊരു സംഗമം.
സ്വപ്നം കണ്ടു ഞാനിവിടെ നക്ഷത്ര കമനീയ
ലോകരഹസ്യസാരം തേടി ജീവിച്ച ഞങ്ങളു
മവിടയീശന്റെ വാത്സല്യവും ശാന്തിയും
നിറഞ്ഞു നില്ക്കുമമ്മയുമൊത്തൊരു സംഗമം.

സ്വപ്നം കണ്ടു ഞാൻ രണ്ടു സംസ്കാരങ്ങൾ
ഒത്തുചേർന്നൊരു നയോപായ സംഗമം,
രണ്ടു രാഷ്ട്രങ്ങളൊത്തു ചേർന്നൊരു
നിണമോഹരഹിത സമാധാന സൗഹൃദസംഗമം.

പറങ്കിനാട്ടു പടത്തലവൻ, മോർട്ടേസിനെ
കണ്ടു ഞാനന്നൊരു നാൾ, അവനും
ആകൃഷ്ടനായെന്റെ മെയ്യഴകിൽ; സ്വപ്ന
സാക്ഷാൽക്കാരത്തിനു പോരുമതെന്നെൻ മനം.

മനസ്സും മനസ്സുമൊന്നു ചേർന്നപ്പോൾ
വികാരതീക്ഷ്ണയതധരങ്ങൾ അളന്നളന്ന് വാങ്ങിയപ്പോൾ
ക്രോധം തനിഞ്ഞു ശരീരവും മനസ്സും
ശാന്തമായപ്പോളറിഞ്ഞു ഞങ്ങളിരുവരും.

പോർമുഖങ്ങൾ ശാന്തമായി
നവശസ്ത്രങ്ങളിറക്കിവെച്ച പറങ്കികൾ
കൈമാറി സമ്മാനങ്ങളവരുമെന്റെ കൂട്ടരും

കൈകോർത്തു നടന്നു യുവമിഥുനങ്ങൾ.

സംവത്സരങ്ങൾക്കപ്പുറമാവിയായി, തരംഗങ്ങളായി
തിരിഞ്ഞു നോക്കുമ്പോൾ സംതൃപ്തയാണു ഞാൻ
എന്റെ വംശമെന്റെ ജീനുകൾ തലയുയർത്തി
ജീവിക്കുന്നു മെക്സിക്കോ നാട്ടിലെങ്ങും.

അറിയില്ലേ? നിങ്ങൾക്കെന്നെയറിയില്ലേ?
എങ്കിലറിയണം, വംശവിരോധിയല്ല ഞാൻ
എന്റെ നാടിനു പുതുജീവനൊരു പുതുസംസ്കാരം
സ്വപ്നം കണ്ടവൾ-മലിന്ത്സിൻ ഞാൻ.

(ശ്രീ. എൻ.വി. കൃഷ്ണവാരിയരുടെ ഇതേ പേരിലുള്ള കവിത വായിക്കുക. ഇന്ന് മലിന്തസിനെക്കുറിച്ച് കിട്ടിയിട്ടുള്ള പുതിയ ചരിത്രസത്യങ്ങളുടെ വെളിച്ചത്തിൽ, ഇതിൽ ഉൾക്കൊള്ളിച്ചിട്ടുള്ള ആശയങ്ങൾ പ്രതിഫലിക്കുന്ന കവിതകളും മറ്റ് രചനകളും സാഹിത്യത്തിൽ സ്ഥാനം പിടിച്ചിരിക്കുന്നു. എൻ.വി.യുടെ കവിതയിൽ മലിന്ത്സിനെ തെറ്റായ വഴികളിൽ നടന്ന ഒരു പെൺകുട്ടിയായിട്ടാണ് ചിത്രീകരിച്ചിട്ടുള്ളത്.)

ഇനി നമുക്ക് കഥയിലേക്ക് കടക്കാം. ഇത് ചെറോക്കി ജനങ്ങൾക്കിടയിൽ പ്രചരിച്ചിരുന്ന ഒരു കഥയാണ്- സൂര്യനെയും അവരുടെ പുത്രിയേയും കുറിച്ചുള്ള ഒരു കഥ. ഈ കഥയിൽ സൂര്യൻ സ്ത്രീയാണ്. സൂര്യൻ ദിവസവും തന്റെ കിഴക്കുനിന്ന് പടിഞ്ഞാറേക്കുള്ള യാത്രയിൽ മദ്ധ്യാഹ്നസമയത്ത് (ഉച്ചസമയത്ത്) തന്റെ പുത്രിയുടെ വീട്ടിൽ ഉച്ചഭക്ഷണത്തിനായി പോകുമായിരുന്നു. സൂര്യന് മനുഷ്യരെ ഇഷ്ടമായിരുന്നില്ല. കാരണം, അവർ അനാവശ്യമായി അവരെത്തന്നെ നോക്കിനിൽക്കുകയും അവരുടെ നേരെ കണ്ണടിച്ച് കാണിക്കുകയും മറ്റും ചെയ്യുമായിരുന്നു എന്നതുതന്നെ. ഇന്നും സ്ത്രീകളെക്കണ്ടാൽ, അതും സുന്ദരിമാരായ സ്ത്രീകളെക്കണ്ടാൽ അങ്ങനെയൊക്കെ ചെയ്യുന്ന വമ്പന്മാർ നമ്മുടെയിടയിൽ ഉണ്ടല്ലോ. ഇല്ലേ. സൂര്യൻ പലപ്പോഴും അവരുടെ സഹോദരനായ ചന്ദ്രനോട് പറയുമായിരുന്നു.

'എനിക്ക് ആ മനുഷ്യരുടെ മട്ടും ഭാവവും എന്റെ നേരെ കണ്ണടിച്ചു കാണിക്കുന്ന സ്വഭാവവുമൊന്നും ഇഷ്ടപ്പെടുന്നേയില്ല; അസത്തുക്കൾ'

പക്ഷേ ചന്ദ്രന് മനുഷ്യരെ ഇഷ്ടമായിരുന്നു. അവരെപ്പോഴും തന്നെ നോക്കി പുഞ്ചിരിക്കുന്നു എന്ന് ചന്ദ്രൻ വിചാരിച്ചു; സന്തോഷിച്ചു. മനുഷ്യരുടെ അങ്ങനെയുള്ള പക്ഷപാതപരമായ പ്രവർത്തി സൂര്യനെ കൂടുതൽ

ചൊടിപ്പിച്ചു; കോപിഷ്ടയാക്കി. മനുഷ്യരെ ഒരു പാഠം പഠിപ്പിക്കണമെന്ന് സൂര്യൻ തീർച്ചയാക്കി. കുറേ ആലോചിച്ചതിനുശേഷം കുറേയേറെ മനുഷ്യരെ കൊല്ലാൻ തീർച്ചയാക്കി; ഒരു പദ്ധതി ആവിഷ്കരിച്ചു. സൂര്യൻ തിരഞ്ഞെടുത്ത മാർഗം എന്തായിരുന്നു എന്ന കേൾക്കണ്ടേ. ഒരു പക്ഷേ ഈ കോവിഡ് മഹാമാരിയുടെ കാലത്ത് (2020-21) നാം ജൈവയുദ്ധതന്ത്രങ്ങളെക്കുറിച്ചെല്ലാം (Biological warfare) സംസാരിക്കുന്ന ഈ കാലഘട്ടത്തിൽ, പണ്ടുപണ്ടേ മനുഷ്യർ ഇത്തരം സാധ്യതകളെക്കുറിച്ച് അവരുടെ ഭാവനയിലെങ്കിലും കണ്ടിരുന്നു എന്നറിയുന്നത് കൗതുകരമാണ്. അങ്ങനെ ഒരു മാർഗമാണ് സൂര്യൻ സ്വീകരിച്ചതും. സൂര്യൻ പ്രത്യേകതരം ജ്വരത്തിന് ആധാരമായ കൃമികളെ (വേണമെങ്കിൽ വൈറസുകളെ എന്നു പറയാം) ഭൂമിയിലേക്ക് അയച്ചു. ജ്വരം മനുഷ്യർക്കിടയിൽ പടർന്നുപിടിക്കുകയും വളരെയധികം ആളുകൾ മരിക്കുകയും ചെയ്തു. തങ്ങൾക്കുണ്ടായ ദുർഭാഗ്യം സൂര്യൻ കാരണമാണെന്ന് മനസ്സിലാക്കിയ മനുഷ്യർ എങ്ങനെയെങ്കിലും പകരത്തിനുപകരം സൂര്യനെ കൊല്ലുകയെന്ന് തീർച്ചയാക്കി. അങ്ങനെ തീരുമാനമെടുത്ത മനുഷ്യർ സൂര്യനെ കൊല്ലുക എന്ന ദൗത്യം ഏല്പിക്കാനായി ഒരു മനുഷ്യനെ തിരഞ്ഞെടുത്തു. അയാളെ ചില മാന്ത്രിക വിദ്യകൾ ഉപയോഗിച്ച് വീര്യമുള്ള വിഷത്തിന്റെ ഉടമയാക്കി.-ഒരു കട്ടുവരയൻ (Rattle Snake) പാമ്പാക്കി മാറ്റി. പിന്നീട് ആ പാമ്പിന് ആകാശത്തുചെന്ന് സൂര്യപുത്രിയുടെ വീട്ടിൽ ഒളിഞ്ഞിരിക്കണമെന്നും, സൂര്യൻ ഉച്ചഭക്ഷണത്തിന് എത്തുന്ന സമയത്ത് തക്കം നോക്കി സൂര്യനെ കടിക്കണമെന്നും നിർദ്ദേശം നൽകി. പാമ്പ് എല്ലാ അർത്ഥത്തിലും എല്ലാ നിർദ്ദേശങ്ങളും അക്ഷരംപ്രതി പാലിച്ചുവെങ്കിലും പാമ്പിന് ഒരു തെറ്റുമാത്രം സംഭവിച്ചു. സൂര്യനെ കടിക്കുന്നതിനുപകരം പാമ്പ് കടിച്ചത് സൂര്യപുത്രിയെ ആയിരുന്നു. പാമ്പിന്റെ കൊടിയവിഷം ദേഹത്ത് പ്രവേശിച്ച് സൂര്യപുത്രി ഉടനെ മരിച്ചു. മാത്രമല്ല അവർ ഒരു പ്രേതമായി പ്രേതങ്ങളുടെ നാട്ടിലേക്ക് പോകുകയും ചെയ്തു; പാമ്പ് തിരികെ ഭൂമിയിലേക്കും.

ആ സംഭവങ്ങൾ സൂര്യനെ വളരെയധികം ദുഃഖിതയാക്കി. വീട്ടിനുള്ളിൽ ഏകാകിനിയായി ദിവസങ്ങൾ തള്ളിനീക്കി. മാത്രമല്ല, ഭൂമിയിലേക്കയച്ചിരുന്ന ജ്വരവാഹികളേയും തിരികെ വിളിച്ചു. അത് ഭൂമിവാസികൾക്ക് വലിയ ആശ്വാസമായി. ജ്വരം പാടെ ഇല്ലാതായി. പക്ഷേ സൂര്യൻ വീടിനുള്ളിൽത്തന്നെ ഇരിക്കാൻ തുടങ്ങി. അതോടെ ഭൂമിയിൽ സൂര്യന്റെ വെളിച്ചവും പ്രകാശവും ഇല്ലാതായി. എല്ലായിടത്തും എപ്പോഴും ഇരുട്ടുമാത്രമായിരുന്നു; അതുപോലെ തണുപ്പും. അതുകൊണ്ട് സൂര്യന്റെ കോപം തണുപ്പിക്കേണ്ടതും അവരെ സ്വാന്തനപ്പെടുത്തേണ്ടതും തങ്ങളുടെകൂടെ

ആവശ്യമാണെന്ന് മനസ്സിലാക്കിയ മനുഷ്യർ സൂര്യപുത്രിയുടെ പ്രേതാത്മാവിനെ തേടിപ്പിടിച്ച് തിരികെ കൊണ്ടുവരാനായി ഒരു ചെറിയസംഘത്തെ നിയോഗിച്ചു. അവർ പ്രച്ഛന്നവേഷധാരികളായി പ്രേതലോകത്തേക്ക് പോകുകയും ചെയ്തു. സൂര്യപുത്രി മറ്റ് പ്രേതാത്മാക്കളോടൊപ്പം സന്തോഷിച്ച് ആടിയും പാടിയും സമയം ചിലവാക്കിയിരുന്ന ഏതോ ഒരു സമയത്ത് ആരും അറിയാതെ മനുഷ്യസംഘം അവരെ തലയ്ക്കടിച്ച് അവശയാക്കി- കൂടാതെ അവരെ പിടിച്ച് ഒരു പെട്ടിയിലാക്കി ഭൂമിയിലേക്ക് യാത്രതിരിച്ചു. യാത്രക്കിടയിൽ തനിക്ക് ശ്വാസം മുട്ടുന്നു എന്ന് സൂര്യപുത്രി പരാതിപ്പെട്ടതുകാരണം അവരേയുംകൊണ്ട് യാത്ര ചെയ്തിരുന്ന മനുഷ്യർ പെട്ടിയുടെ മൂടി ഒരല്പം തുറന്ന് കാറ്റ് കയറാൻ സൗകര്യമുണ്ടാക്കിവെച്ചു. പക്ഷേ തുടർന്നുള്ള യാത്രയ്ക്കിടയിൽ സൂര്യപുത്രി സ്വയം ഒരു ചെറിയ ചുവന്നകിളിയുടെ രൂപം ധരിച്ച് പെട്ടിയിൽനിന്ന് രക്ഷപ്പെട്ട് തിരികെ പ്രേതഭൂമിയിലേക്ക് പറന്നുപോയി. ആ വിവരം അറിഞ്ഞ സൂര്യൻ വീണ്ടും അതീവ ദുഃഖത്തിലായി എന്നു മാത്രമല്ല തുടരെ കരയാനും തുടങ്ങി. സൂര്യന്റെ കണ്ണുകളിൽനിന്ന് നിൽക്കാതെ ഒഴുകിയ കണ്ണുനീർ ഭൂമിയിൽ ക്രമാതീതമായ മഴയ്ക്കും വെള്ളപ്പൊക്കത്തിനും പറയാനാകാത്തത്ര നാശനഷ്ടങ്ങൾക്കും കാരണമായി. സൂര്യനെ ആ ദുഃഖത്തിൽനിന്ന് കരകയറ്റാനും അവരുടെ കരച്ചിലിനും കണ്ണുനീരിനും ഒരു ശമനം ഉണ്ടാക്കുവാനും മനുഷ്യർ പല ശ്രമങ്ങളും നടത്തി. അവർ കൂട്ടംകൂട്ടമായി പല നൃത്തങ്ങളുമാടി സൂര്യനെ സന്തോഷിപ്പിക്കുവാൻ ശ്രമിച്ചു. അങ്ങനെ സൂര്യനെ സന്തോഷപ്പിക്കുവൻ മഴക്കാലങ്ങളിൽ കൂട്ടനൃത്തം ചെയ്യുന്ന പതിവ് ചെറോക്കി വംശജരുടെ ഇടയിൽ ഇന്നും തുടരുന്നു.

ഇതുപോലെയുള്ള പലപല വിശ്വാസങ്ങളും ആചാരങ്ങളും കഥകളും ചെറോക്കി വംശജർക്കിടയിൽ ഉള്ളതുപോലെ മറ്റ് അമേരിക്കൻ ഇൻഡ്യൻ വംശജർക്കിടയിലും ഉണ്ട്. അത്തരത്തിലുള്ള ഒരു കഥയാണ് മിഷിഗണിൽ (Michigan) താമസിക്കുന്ന വിന്നേബാഗോ (Winnebago) വംശജർക്കിടയിൽ പ്രചാരത്തിലുള്ള 'സൂര്യനെ കുടുക്കിയ കൊച്ചു സഹോദരൻ' (Little Brother snores the Sun) എന്ന കഥ.

പണ്ടുകാലങ്ങളിൽ, അവരുടെ വിശ്വാസപ്രകാരം, ജന്തുക്കളുടെ അഗ്രഗണ്യസ്ഥാനം ഇന്നത്തേപോലെ മനുഷ്യരായിരുന്നില്ല മൃഗങ്ങളെ വേട്ടയാടിയിരുന്നത്. മറിച്ച് മൃഗങ്ങളായിരുന്ന മുൻപന്തിയിൽ; അവരായിരുന്നു മനുഷ്യരെ വേട്ടയാടിയിരുന്നത്. ഏതോ ഒരു കാലത്ത് മൃഗങ്ങൾ മനുഷ്യരെ കൂടുതലായി വേട്ടയാടി വംശനാശം വരുത്തി; എല്ലാ മനുഷ്യരേയും കൊന്നു; രണ്ടുപേരെയൊഴിച്ച് എല്ലാവരേയും; ഒരു ചെറിയ

പെൺകുട്ടിയേയും അവളുടെ കൊച്ചനിയനേയും ഒഴിച്ച് എല്ലാവരേയും. കുട്ടികൾ രണ്ടും മൃഗങ്ങൾ മനുഷ്യരെ വേട്ടയാടിയിരുന്ന സമയങ്ങളിൽ ഒരു ഗുഹക്കകത്ത് ഒളിച്ചിരിക്കുകയായിരുന്നു. അങ്ങനെയാണ് അവർ രക്ഷപ്പെട്ടത്. അവർക്ക് വിശന്നപ്പോൾ കൊച്ചുസഹോദരൻ ചെറിയ പക്ഷികളേയും മറ്റും പിടിക്കാൻ ശ്രമിച്ചു. ഈ ശ്രമത്തിന്റെ ഭാഗമായി അവൻ കമ്പുകൾകൊണ്ട് ഒരു വില്ലും അമ്പും ഉണ്ടാക്കി. അങ്ങനെ അമ്പും വില്ലും ഉപയോഗിച്ച് ചെറിയ പക്ഷികളെ ഉന്നംവെച്ച് എയ്തിടാനും അവൻ പഠിച്ചു. എയ്തുകിട്ടിയ പക്ഷികളുടെ തൂവലുകൾ ചേർത്ത് അവൻ അവർക്ക് രണ്ടുപേർക്കും വസ്ത്രങ്ങളുണ്ടാക്കി. പക്ഷികളുടെ മാംസവും എല്ലുമെല്ലാം ചേർത്ത് ഭക്ഷണമുണ്ടാക്കി കഴിച്ചു. അങ്ങനെ ആദ്യമായി മനുഷ്യർ മറവ് ജന്തുക്കളുടെ മാംസം ഭക്ഷിക്കാൻ ആരംഭിച്ചു എന്ന് അവർ വിശ്വസിക്കുന്നു.

അങ്ങനെ അവർ ജീവിച്ചിരുന്നപ്പോൾ ഗുഹയിൽനിന്നും വെളിയിൽ വന്ന ഏതോ ഒരു ദിവസം സൂര്യന്റെ കൂടിയ ചൂടുകാരണം അവരുടെ തൂവൽകൊണ്ടുണ്ടാക്കിയ വസ്ത്രങ്ങൾ കേടായി. അത് അവർക്ക് വലിയ സങ്കടമായി. മാത്രമല്ല അനിയൻകുട്ടിക്ക് സൂര്യനോട് തീർത്താൽ തീരാത്തത്ര ദേഷ്യവും പകയും തോന്നി. അവൻ ചേട്ടത്തിയോട് പറഞ്ഞു:

'പെങ്ങളെ, ആ സൂര്യന്റെ അഹംഭാവം കണ്ടില്ലേ. നമ്മളയാളെ അങ്ങനെ വെറുതെ വിട്ടാൽ ശരിയാകുകയില്ല. അയാളെ ഒരു പാഠം പഠിപ്പിക്കണം.'

'ശരി, അനിയാ. നീ എന്തുചെയ്താലും എന്നെക്കൊണ്ട് കഴിയുന്നവിധം ഞാനും സഹായിക്കാം.'

അങ്ങനെ അവർ രണ്ടുപേരും ആലോചിച്ച് ഒരു കെണി ഉണ്ടാക്കി. പിന്നീട് അനിയൻ ആ കെണിയുമായി സൂര്യൻ ദിവസവും ഉദിച്ചുയരാൻ തുടങ്ങുന്നതിനുമുൻപ് വിശ്രമിക്കുന്ന മാളത്തിലേക്ക് യാത്ര തിരിച്ചു. മാളത്തിൽ എത്തിയ അവൻ സൂര്യൻ ഉദിച്ച് ഉയരാൻ തുടങ്ങുന്ന സമയം കാത്ത് രാത്രിമുഴുവൻ അവിടെ ഒളിഞ്ഞിരുന്നു. സൂര്യൻ മാളത്തിൽനിന്ന് തന്റെ യാത്ര തുടങ്ങുന്നതിനുമുൻപ് അവൻ കെണി വേണ്ടവിധം ഒരുക്കിവെച്ച് കാത്തിരുന്നു. സൂര്യൻ എല്ലാ ദിവസത്തെയും പോലെ തന്റെ കിഴക്കുനിന്ന് പടിഞ്ഞാറേക്കുള്ള യാത്ര തുടങ്ങാനായി മാളത്തിൽനിന്ന് വെളിയിലേക്ക് കാലെടുത്തുവെച്ചപ്പോൾത്തന്നെ കെണിയിൽകുടുങ്ങി. ആ കൊച്ചു സഹോദരൻ ഉടൻതന്നെ സൂര്യനെ തന്റെ കെണിയിൽ ബന്ധനസ്ഥനാക്കുകയും ചെയ്തു. പക്ഷേ സൂര്യൻ കെണിയിൽ അകപ്പെട്ടുകാരണം സൂര്യന് മാളത്തിൽനിന്ന് വെളിയിൽ വരാനോ തന്റെ കിഴക്കുനിന്ന് പടിഞ്ഞാറേക്കുള്ള യാത്ര ആരംഭിക്കാനോ ഒന്നും കഴിഞ്ഞില്ല.

അതുകൊണ്ട് ഭൂമിയിൽ വെളിച്ചമേ ഇല്ലായിരുന്നു. മുഴുവൻ സമയവും ഇരുട്ടായിരുന്നു. അത് മൃഗങ്ങളെ അസ്വസ്ഥരാക്കി- ഭയപ്പെടുത്തി. അങ്ങനെ സംഭവിച്ചതിന്റെ കാരണം അന്വേഷിച്ച അവർക്ക് മനുഷ്യക്കുട്ടി സൂര്യനെ തടവിലാക്കിയ വിവരം മനസ്സിലായി. അവർക്ക് ആ മനുഷ്യക്കുട്ടിയോട് തികഞ്ഞ ആദരവും ബഹുമാനവും തോന്നി. മാത്രമല്ല ആ സംഭവത്തിനുശേഷം മൃഗങ്ങൾ മനുഷ്യരെ മുൻനിരക്കാരായി അംഗീകരിക്കുകയും ചെയ്തു. എങ്കിലും മൃഗങ്ങൾ മനുഷ്യക്കുട്ടിയുടെ അനുവാദത്തോടെ സൂര്യനെ കെണിയിൽനിന്നും മോചിപ്പിക്കാനായി ഒരു ചുണ്ടെലിയെ നിയോഗിച്ചു. ആ കാലങ്ങളിൽ ചുണ്ടെലി വളരെ വലിയ ഭീതിജനിപ്പിക്കുന്ന ഒരു മൃഗമായിരുന്നു- വലിയ മലകൾക്കൊപ്പം ബൃഹത്തായ ശരീരവും. എലി മനുഷ്യക്കുട്ടിയുടെ സമ്മതത്തോടെ കെണിയിൽ കരണ്ടു കരണ്ട് കുറേശ്ശെയായി കെണിയുടെ പലഭാഗങ്ങളും മുറിച്ചുമാറ്റി സൂര്യനെ മോചിപ്പിച്ചു. പക്ഷേ ആ സമയത്ത് സഹിക്കേണ്ടിവന്ന കൊടും ചൂടുകാരണം എലിയുടെ ദേഹം ചുരുക്കിച്ച് ഇന്നത്തെപ്പോലെയായി. സൂര്യൻ വീണ്ടും തന്റെ ദൈനംദിന ജോലികൾ ഇടതടവില്ലാതെ ചെയ്യുകയും ചെയ്തു; ഇപ്പോഴും ചെയ്തുകൊണ്ടേയിരിക്കുന്നു.

അമേരിക്കയിലെ മറ്റ് ആദിമസമൂഹങ്ങൾക്കിടയിൽ ഇത്തരം വളരെയധികം വിശ്വാസങ്ങളും കഥകളുമുണ്ടെന്ന് നേരത്തെ സൂചിപ്പിച്ചുവല്ലോ. സാംസ്കാരികമായി മുൻപന്തിയിലായിരുന്ന ഇൻക വർഗ്ഗക്കാർക്കിടയിലുണ്ടായിരുന്ന ചില വിശ്വാസങ്ങളിലേക്ക് ഒരു കണ്ണോട്ടം നടത്താം.

അമേരിക്കൻ ഭൂഖണ്ഡങ്ങളിൽ യൂറോപ്യൻ ആധിപത്യത്തിന് തുടക്കം കുറിക്കുന്നതിനു മുൻപ് അവിടെയുണ്ടായിരുന്ന സാംസ്കാരികമായി മുൻപന്തിയിൽ നിന്നിരുന്ന ഒരു ജനതയായിരുന്നു ഇൻക (Inca) വംശജർ. ഇന്നത്തെ പെറു (Peru) രാജ്യം സ്ഥിതിചെയ്യുന്ന സ്ഥലങ്ങളിൽ ജീവിച്ചിരുന്ന ഇൻക വംശജർ സമാധാനപ്രിയരായിരുന്നു. അവർ മരിച്ചവരെക്കുറിച്ചുള്ള ഓർമ്മകൾ വെച്ചുപുലർത്തുന്നവരും അവരോടുള്ള ബഹുമാനം കാത്തുസൂക്ഷിക്കുന്നവരുമായിരുന്നു. കുടുംബങ്ങളുടെ തുടർച്ചയും ബന്ധങ്ങളും പാരമ്പര്യവും വിലപ്പെട്ടതെന്നു കരുതുന്നവരും ആയിരുന്നു.

തങ്ങളുടെ വർഗത്തിന്റെ ഉത്ഭവം സൂര്യനിൽനിന്ന് ആരംഭിച്ചുവെന്ന് അവർ വിശ്വസിച്ചിരുന്നു; ഇന്നും വിശ്വസിക്കുന്നു. സൂര്യന് അവർ നല്കിയ പേരാണ് ഇന്റി (Inti). സൂര്യന്റെ ഭാര്യയായിരുന്നു ചന്ദ്രൻ. ഇൻക സാമ്രാജ്യത്തിന്റെ ചക്രവർത്തി ദൈവാംശം ഉള്ള സൂര്യന്റെ വംശത്തിൽപെട്ട ആളായിരുന്നു എന്നായിരുന്നു അവരുടെ ഉറച്ച വിശ്വാസം. സൂര്യദേവനായ ഇന്റി അദ്ദേഹത്തിന്റെ മകൻ മാൻകൊകാപാക് (Manco

Capac) നെയും മകൾ മാമഒക്കൊലോ -യേയും (Mama Ocollo) സംസ്കാരത്തെക്കുറിച്ചും, സാമൂഹ്യജീവിതത്തെക്കുറിച്ചും നാഗരികത യേക്കുറിച്ചുമെല്ലാം പഠിപ്പിച്ചു. അങ്ങനെ പഠിപ്പിച്ചതിനുശേഷം അവരെ ആ വിഷയങ്ങൾ മനുഷ്യരെ പഠിപ്പിക്കാനും ഭൂമിയിൽ മനുഷ്യരുടേതായ ഒരു സാമ്രാജ്യം സ്ഥാപിക്കുവാനുമായി സൂര്യദേവൻ മക്കളെ രണ്ടുപേ രെയും മനുഷ്യരൂപത്തിൽ ഭൂമിയിലേക്കയച്ചു. അയച്ചത് പിന്നീട് ഇൻക സാമ്രാജ്യത്തിന്റെ തലസ്ഥാനമായിത്തീർന്ന, ഇന്ന് കുസ്കോ എന്ന പേരിൽ അറിയപ്പെടുന്ന പ്രദേശത്തേക്കായിരുന്നു. സൂര്യദേവന്റെ (ഇന്റിയുടെ) മക്കളിൽനിന്ന് തുടങ്ങിയ പരമ്പരയിലെ പിൻഗാമിക ളാണ് ഇൻക സാമ്രാജ്യത്തിലെ ചക്രവർത്തിമാർ എന്ന് അവർ വിശ്വ സിച്ചു. സൂര്യപുത്രൻ ഭൂമിയിലെത്തിയ ദിവസം എന്ന് അവർ കരുതുന്ന ജൂൺ 24-ാം തീയതി ഇന്നും പെറുവിൽ ഒരു വലിയ ആഘോഷമായി കൊണ്ടാടപ്പെടുന്നു. ഇന്റി റെയ്മി (Inti Raimi) ദക്ഷിണ അമേരിക്ക യിലെ വലിയ ആഘോഷങ്ങളിൽ രണ്ടാമത്തെ സ്ഥാനം വഹിക്കുന്നു - പെറുവിലെ കുസ്കോ നഗരത്തിൽ ആണ്ടുതോറും കൊണ്ടാടുന്നു. ഒന്നാം സ്ഥാനം ബ്രസീലിലെ റയോ ഡി ജാനെറൊ (Rio de Janerio) എന്ന നഗരത്തിൽ എല്ലാവർഷവും ഫെബ്രുവരിയിൽ ദ കാർണിവൽ (The Carnival) എന്ന പേരിൽ നടക്കുന്ന ആഘോഷമാണ്.

സൂര്യവംശം എന്ന് പറയുമ്പോൾ നമുക്ക് നമ്മുടെ മഹാഭാരതത്തിലും രാമായണത്തിലുമൊക്കെ പറയുന്ന സൂര്യവംശത്തെയും ചന്ദ്രവംശത്തെ യും കുറിച്ച് ഓർമ്മവരും ഇല്ലേ? നമ്മുടെ രാജ്യത്ത് പണ്ടുപണ്ട് മുതൽക്കേ പ്രചാരത്തിലുണ്ടായിരുന്ന കഥകളിലും ഇതിഹാസങ്ങളിലുമൊക്കെ പറയപ്പെടുന്ന, ഹിന്ദുക്കൾക്കിടയിൽ ദൈവത്തിന്റെ അവതാരമായി കരുതപ്പെടുന്ന ശ്രീരാമൻ സൂര്യവംശത്തിലാണ് ജനിച്ചതെന്ന് വിശ്വസി ക്കുന്നു. ഇന്ത്യൻ പൗരാണിക ഗ്രന്ഥങ്ങൾ പറയുന്നത് സൂര്യവംശത്തിന്റെ തുടക്കം കുറിച്ചത് പ്രളയകാലത്തിന് മുൻപ് ഗംഗാനദീതീരങ്ങളിലും ചുറ്റു മുള്ള പ്രദേശങ്ങളിലും ജീവിച്ചിരുന്ന ദ്രാവിഡവംശത്തിൽപെട്ട രാജാവാ യിരുന്ന ശ്രദ്ധദേവ മനുവിന്റെ (Shradhadeva Manu) പത്ത് മക്കളിൽ ഒരാളായിരുന്ന ഇക്ഷവാകുവാണെന്നാണ്. (Ikshvaku)

വിഷ്ണു മത്സ്യാവതാരം എടുത്ത സമയത്ത് ശ്രദ്ധദേവ മനുവിന് വരാൻ പോകുന്ന പ്രളയത്തെക്കുറിച്ച് മുന്നറിയിപ്പ് നൽകിയിരുന്നതുകൊണ്ട് അദ്ദേഹം ഒരു വലിയ വള്ളം നിർമ്മിച്ച് അതിൽ അദ്ദേഹത്തിന്റെ കുടും ബാംഗങ്ങളേയും ഋഷിമാരെയും മറ്റും പ്രളയത്തിൽനിന്ന് രക്ഷിച്ചുവെന്നും ഒരു കഥയുണ്ട്-ഏതാണ്ട് ബൈബിളിൽ പറയുന്ന നോവയുടെ വള്ളം (Noah's Ark) എന്നതിന് സമാനമായ ഒരു സംഭവം എന്നു പറയാം.

ജന്തർമന്തർ -ഡൽഹി

നിഴൽഘടികാരം - മാച്ചുപിക്കു

അങ്ങനെ രക്ഷപ്പെട്ട മനുവിന്റെ പുത്രനായ ഇക്ഷവാകുവിൽത്തുടങ്ങി 62-ാമത്തെ സൂര്യവംശരാജാവായിരുന്നു ശ്രീരാമൻ. അതുപോലെ പ്രസിദ്ധിപെറ്റ ഭഗീരഥചക്രവർത്തി 43ാമത്തെ സൂര്യവംശചക്രവർത്തിയും. 'ഭഗീരഥചക്രവർത്തിയുടെ തപസ്സ്' എന്ന ശില്പം മഹാബലിപുരം സന്ദർശിക്കുന്നവർക്ക് കാണാൻ കഴിയും.

അങ്ങനെ ഇൻക സംസ്കാരവും വിശ്വാസങ്ങളും ശ്രദ്ധിച്ച് പഠിച്ചാൽ അതിൽ ഇന്ത്യയിലെ ഹിന്ദുസംസ്കാരവും വിശ്വാസങ്ങളും തമ്മിൽ ഒരുപാട് സമാനതകൾ കാണാൻ കഴിയും. അത്തരം സമാനചിന്തകളെ എടുത്തുകാണിക്കുന്ന ഒന്നാണ് പെറുവിലെ പുരാതന നഗരമായ മാച്ചുപിക്കു (Machu Picchu)വിലുള്ള നിഴൽഘടികാരവും ഇന്ത്യൻ തലസ്ഥാനമായ ഡൽഹിയിലുള്ള ജന്തർ മന്തറും (Jantar Mantar) 1723-ൽ ജയ്പ്പൂർ മഹാരാജാവ് സ്ഥാപിച്ച ജന്തർമന്തറും മാച്ചുപിക്കുവിലെ 1400-ാം വർഷത്തിനുമുമ്പ് എപ്പോഴൊ സ്ഥാപിക്കപ്പെട്ട നിഴൽഘടികാരവും ഭൂമിയിൽനിന്ന് കാണുമ്പോൾ സമയം മാറുന്നതിനനുസരണം സൂര്യന്റെ സ്ഥാനം അടയാളപ്പെടുത്താനും പഠിക്കാനും വേണ്ടി സ്ഥാപിക്കപ്പെട്ട ജ്യോതിർനിരീക്ഷണ കേന്ദ്രങ്ങൾ (Observatories) ആയിരുന്നു.

ഗ്രീക്ക് സംസ്കാരത്തിലെ സൂര്യസങ്കല്പങ്ങൾ

ഗ്രീക്ക് പുരാണങ്ങളിൽ ദൈവങ്ങൾ മൂന്ന് ശ്രേണികളിലായി (അടുക്കുകളിലായി) തരം തിരിക്കപ്പെട്ടിരിക്കുന്നു എന്ന് കരുതാം.

ആദ്യ ശ്രേണിയിൽ രണ്ടു ദൈവങ്ങൾ

1. ഗേയാ (Gaia) -ഭൂമി

2. യുറാനസ് (Uranus) - ആകാശം

രണ്ടാം ശ്രേണിയിൽപെട്ട ദൈവങ്ങൾ ഭൂമിയുടെയും ആകാശത്തിന്റെയും ചേർച്ചയിൽനിന്നും ഉണ്ടായവരാണെന്ന് പറയാം. ഈ ദൈവങ്ങളെ ടൈറ്റാൻ (Titan) -അതിമാനുഷർ എന്നോ അതീവ ശക്തിശാലികൾ എന്നോ കരുതപ്പെടുന്നു. ടൈറ്റാൻ ദൈവങ്ങളായി അംഗീകരിക്കപ്പെട്ടിരിക്കുന്നത് പന്ത്രണ്ടുപേരാണ്.

ടൈറ്റാൻ :

1. ഓഷിയാനസ് (Oceanus)

2. ഹൈപ്പെറോൺ (Hyperon)

3. കൊയെസ് (Coeus)

4. ക്രിയസ് (Crius)

5. ഇയാപെറ്റസ് (Iapetus)

6. നെമോസിൻ (Mnemosyne)

7. തെമിസ് (Themes)

8. ഫോബെ (Phoebe)

9. തേയ (Theia)

10. തേതിസ് (Tethys)

11. റീയ (Rhea)

12. ക്രോണസ് (Cronus)

മൂന്നാം ശ്രേണിയിൽപെട്ട ദൈവങ്ങൾ ക്രോണസിന്റെയും റീയയുടേയും ചേർച്ചയിൽനിന്നും, അതുപോലെ സീയസ് എന്ന ഒളിമ്പിയനും മറ്റു ചിലരുമായുള്ള ചേർച്ചയിൽനിന്നും ഉണ്ടായവരാണ്. അഫ്റോഡയിറ്റ് യുറാനസിന്റെ മകനാണ്. മൊത്തത്തിൽ പന്ത്രണ്ട് ഒളിമ്പിയൻ ദൈവങ്ങൾ (ചിലരുടെ അഭിപ്രായപ്രകാരം പതിനാല്- ചിലർ ഹാഡെസിനും ഹെസ്തിയക്കും ഒളിമ്പിയൻ പദവി നൽകുന്നില്ല; അവരെ ദൈവങ്ങളുടെ പട്ടികയിൽ ഉൾപ്പെടുത്തിയാലും

ഒളിമ്പിയൻ

1. സീയസ് (Zeus)

2. ഹെരെ (Hera)

3. പൊസിയോഡൻ (Poseidon)

4. ഡിമെറ്റർ (Demeter)

5. അഥീന (Athena)

6. അപ്പോളൊ (Appollo)

7. ആർടെമിസ് (Artemis)

8. ആരെസ് (Ares)

9. ഹെഫ്യെസ്റ്റുസ് (Hephaestus)

10. അഫ്റൊഡയിറ്റ് (Aphrodite)

11. ഹെർമിസ് (Hermes)

12. ഡയോനോസിസ് (Dionysus)

13. ഹാഡെസ് (Hades)

14. ഹെസ്തിയ (Hestia)

ഇവരെല്ലാം ചില പ്രത്യേക സാഹചര്യങ്ങൾ കാരണം ഗ്രീസിലെ ഏറ്റവും ഉയരം കൂടിയ പർവ്വതമായ ഒളിംപസിൽ (Olympus) താമസിച്ചാണ് പ്രവർത്തിച്ചിരുന്നത്. അതുകൊണ്ടാണ് അവരെ ഒളിംപിയർ എന്ന പേരിൽ അറിയപ്പെടാൻ തുടങ്ങിയത്.

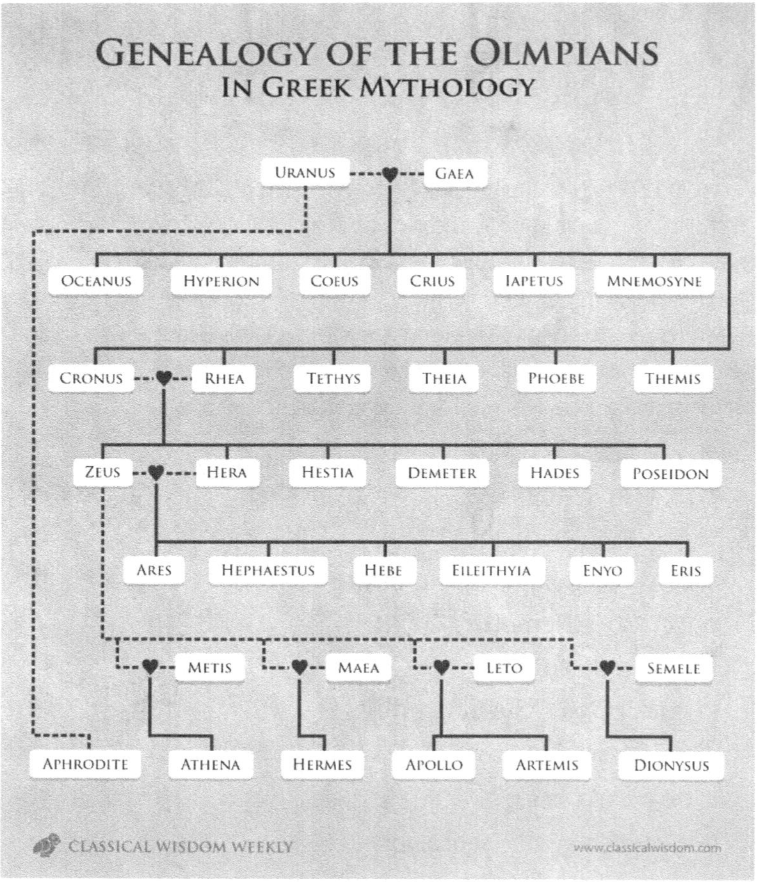

Genealogy of the Titans and Olympians

ഗ്രീക്ക് പൗരാണിക സാഹിത്യത്തിൽ സ്ഥലകാല വ്യത്യാസങ്ങൾക്കനുസരണം ഈ ദൈവങ്ങളിൽ പലരും മാറിമാറി ഓരോ ചുമതലകൾ വഹിക്കുന്നതായി കാണാം. (ഇന്ന് നമ്മുടെ മന്ത്രിമാർ ഇടയ്ക്കിടയ്ക്ക് മാറി മാറി വിവിധ തുറകളിലെ മന്ത്രിമാരായി പ്രവർത്തിക്കാറില്ലേ. അതുപോലെയെന്ന് വേണമെങ്കിൽ കരുതാം; ഒരു സ്ഥലത്ത് കാറ്റിന്റെ ദൈവം (വായുവിന്റെ ദൈവം) മറ്റൊരു സ്ഥലത്ത് മഴയുടെ ദൈവമായി അംഗീകരിക്കപ്പെട്ടുവെന്ന് വരാം- അതുകൊണ്ട് ഗ്രീക്ക് പൗരാണികസാഹിത്യം പഠിക്കുന്നവർക്ക് പലപ്പോഴും ആശയക്കുഴപ്പം ഉണ്ടാകാൻ ഇടയുണ്ട്.

പലരാലും അംഗീകരിക്കപ്പെട്ട ഒരു വംശപരമ്പരാ ചിത്രം (Genealogy of the Titans and Olympians) ഇതോടൊപ്പം

കൊടുത്തിരിക്കുന്നു. മൂന്ന് ശ്രേണികളിലുംപെട്ട ഗ്രീക്ക് ദൈവങ്ങളുടെ അല്ലെങ്കിൽ അതിമാനുഷരുടെ വംശപരമ്പരയിൽ ഓരോരുത്തരേടെയും സ്ഥാനം മനസ്സിലാക്കാൻ ഒരളവുവരെ ഈ ചിത്രം പ്രയോജനപ്പെടും.

ഈ ചിത്രത്തിൽ പ്രത്യേകം അടയാളപ്പെടുത്തിയിട്ടുള്ള നാലുപേരെ ഒളിമ്പിയരായി അംഗീകരിക്കാറില്ല.

ഗ്രീക്കുഭാഷയിൽ നമ്മുടെ സൂര്യൻ എന്ന പദത്തിന് തുല്യമായി ഉപയോഗിക്കുന്ന വാക്ക് ഇലിയോസ് (Ilios)എന്നതാണ്. ഈ വാക്കിന്റെ ഉത്ഭവം സംസ്കൃതത്തിലെ 'സൂര്യൻ,' ലാറ്റിൻ ഭാഷയിലെ 'Sol സൊൾ' പഴയകാലത്തെ ഇംഗ്ലീഷിലെ 'Swevel സ്വെൽ' തുടങ്ങിയ വാക്കുകളുടെ പരിണാമത്തിൽ നിന്നാണെന്ന് ഭാഷാപണ്ഡിതന്മാർ കരുതുന്നു. അതെങ്ങിനെയായാലും ഗ്രീക്ക് സംസ്കാരത്തിലെ സൂര്യസങ്കല്പം പലവിധത്തിലും ഇന്ത്യയിലെ സൂര്യസങ്കല്പവുമായി വളരെയധികം സമാനതകൾ ഉള്ളതാണെന്നതിന് സംശയമില്ല. ഗ്രീക്ക് സംസ്കാരത്തിൽ ഹെലിയോസാണ് സൂര്യദേവൻ- പല സ്ഥലത്തും ഹെലിയോസ് അപ്പോളൊ എന്ന പേരിലും അറിയപ്പെടുന്നു. പക്ഷേ, ഗ്രീക്ക് ഇതിഹാസങ്ങളിൽ പലയിടത്തും ഹെലിയോസിനെ സൂര്യനേദവായി ചിത്രീകരിക്കുന്നതിനുപകരം സൂര്യനെ നിയന്ത്രിക്കുന്ന, നയിക്കുന്ന ദേവന്റെ സ്ഥാനത്ത് നിർത്തുന്നതും കാണാൻ കഴിയും; ഇത് ചില ആശയക്കുഴപ്പങ്ങൾക്ക് കാരണമാകുകയും ചെയ്യുന്നു. എന്തായാലും സൂര്യദേവൻ ഒരു കുതിരരഥത്തിൽ ദിവസവും കിഴക്കുനിന്ന് പടിഞ്ഞാറേക്ക് ആകാശത്തിൽക്കൂടി യാത്ര ചെയ്യുകയും, രാത്രിയായിക്കഴിഞ്ഞാൽ ഒരു സ്വർണനിർമ്മിതമായ വള്ളത്തിൽ ഒരുല്ലാസയാത്ര എന്നതുപോലെ സമുദ്രത്തിൽക്കൂടി തിരികെ കിഴക്കോട്ട് മടങ്ങിപ്പോകുകയും ചെയ്യുമായിരുന്നു എന്ന വിശ്വാസം മറ്റുപല നാടുകളിലുമുണ്ടായിരുന്നതുപോലെ ഗ്രീസിലും നിലനിന്നിരുന്നു. നേരത്തെ സൂചിപ്പിച്ചതുപോലെ ഒന്നിൽക്കൂടുതൽ കുതിരകളെ ബന്ധിപ്പിച്ച രഥം നയിച്ചിരുന്നത് സൂര്യദേവനായ ഹെലിയോസ് തന്നെയായിരുന്നുവോ അതോ സൂര്യദേവനേയും കൊണ്ട് ഹെലിയോസ് രഥം നയിക്കുകയായിരുന്നോ എന്നതിനേക്കുറിച്ച് ആശയക്കുഴപ്പം ഉണ്ടെന്ന് നേരത്തെ സൂചിപ്പിച്ചുവല്ലൊ. ഇത് പറയുമ്പോൾ ഇന്ത്യയിലെ പൗരാണിക വിശ്വാസം സൂര്യദേവന്റെ രഥം നയിച്ചിരുന്നത് അശ്വിനീകുമാരന്മാരായ നകുലനും സഹദേവനും (സൂര്യപുത്രന്മാർ) കൂടിയായിരുന്നു എന്നത് മറക്കേണ്ട.

ഹെലിയോസിന് രണ്ട് സഹോദരിമാരുണ്ടായിരുന്നു;സെലീനെ (Selene -ചന്ദ്രൻ)യും ഇയോസ് (EOS പ്രഭാതം); കൂടാതെ ഫയെതോൺ (Phaethon) അദ്ദേഹത്തിന്റെ മകനായിരുന്നു. സൂര്യനാണ് തന്റെ

പിതാവെന്ന് മനസ്സിലാക്കിയ ഫയെതോൺ കിഴക്കുദിശയിലേക്ക് യാത്രചെയ്ത് അച്ഛനെ സമീപിച്ച് തന്റെ ഒരാഗ്രഹം അദ്ദേഹത്തോട് പ്രകടിപ്പിച്ചു.

'അച്ഛാ, അങ്ങ് എന്നെ അനുഗ്രഹിച്ചാലും!'

'മകനേ, നിനക്ക് എന്റെ എല്ലാ ആശീർവാദങ്ങളും'

'ശരിയച്ഛാ. അച്ഛൻ എനിക്ക്, എന്റെ ഒരു വലിയ, തീവ്രമായ ആഗ്രഹം നിറവേറ്റിത്തരണം. തരില്ലേ?'

'നീ നിന്റെ ആഗ്രഹം എന്താണെന്ന് പറയ്. എന്നാൽ കഴിയുന്ന എന്തും ഞാൻ തരാം.'

'അച്ഛൻ ദിവസവും കിഴക്കുനിന്ന് പടിഞ്ഞാറേക്ക് യാത്രചെയ്യുമ്പോൾ അച്ഛന്റെ സ്വർണരഥം നയിക്കുവാൻ എന്നെ അനുവദിക്കണം.' ഫയതോൺ പറഞ്ഞു.

'മകനെ. എന്റെ കുതിരകളെ നയിക്കുന്നത് കുറേയെറെ പ്രയാസ്സമുള്ള കാര്യമാണ്. കുതിരകളെ വേണ്ടവിധം നിയന്ത്രിക്കാൻ കഴിഞ്ഞില്ലെങ്കിൽ...'

'അച്ഛൻ അതൊന്നും പറഞ്ഞ് എന്നെ പിൻതിരിപ്പിക്കാൻ നോക്കണ്ട. എനിക്ക് അനുവാദം തന്നാൽ കുതിരകളെ നിയന്ത്രിക്കാൻ എനിക്കറിയാം.' അല്പം വിഷമത്തോടെയാണെങ്കിലും ഹെലിയോസ് മകന് കുതിരകളെ നയിക്കാൻ അനുവാദം നൽകി. അടുത്തദിവസം പ്രഭാതത്തിൽ സൂര്യൻ തന്റെ പതിവുയാത്ര തുടങ്ങിയസമയത്ത് അച്ഛനുപകരം മകൻ കുതിരകളുടെ കടിഞ്ഞാൺ പിടിച്ചുകൊണ്ട് ശോഭിച്ചുനിന്നു. പക്ഷേ ഹെലിയോസ് ഭയപ്പെട്ടത് സംഭവിച്ചു. കുതിരകൾ നിയന്ത്രണം വിട്ട് കുതിച്ച് ഓടാൻ തുടങ്ങി. ഫയതോണിന് കുതിരകളെ നിയന്ത്രിക്കാൻ കഴിഞ്ഞില്ല. സൂര്യന്റെ രഥം നിയന്ത്രണാതീതമായി ഓടാൻ തുടങ്ങിയത് ലോകത്തെയാകെ അപകടത്തിന്റെ വക്കിലേക്ക് എത്തിച്ചു. അപ്പോൾ സീയസ് (Zeus) എന്ന ഗ്രീക്കുപുരാണങ്ങളിൽ പ്രകീർത്തിക്കപ്പെടുന്ന അതിശക്തിമാനായ, ആകാശത്തിന്റെയും ഇടിമുഴക്കത്തിന്റെയും മിന്നലിന്റെയും ദൈവം, മറ്റ് ദൈവങ്ങൾക്കെല്ലാം മേലെയുള്ള ദൈവം ഇടപെട്ട് ആകാശത്തുനിന്ന് മിന്നലും ഇടിയും അയച്ച് ഫയത്തോണിനെ വീഴ്ത്തുകയും കുതിരകളെ നിയന്ത്രണത്തിൽ കൊണ്ടുവരുകയും ചെയ്തു; അല്ലെങ്കിൽ ആ സംഭവം ഒരു വലിയ ദുരന്തത്തിന് കാരണമാകുമായിരുന്നു.

ഈ കഥയുടെ മറ്റൊരു പാഠഭേദത്തിൽ നടന്നതായി പറയപ്പെടുന്ന സംഭവങ്ങൾ ഏതാണ്ട് ഒരുപോലെ തന്നെയാണെങ്കിലും സൂര്യദേവൻ

അപ്പോളൊ എന്ന പേരിലാണ് അറിയപ്പെടുന്നത്. ഫയത്തോൺ അപ്പോളൊയുടെ മകനായിട്ടും. അപകടത്തിൽ നിന്ന് സൂര്യദേവനെ രക്ഷപ്പെടുത്തിയതും ഫയത്തോണിന്റെ മരണത്തിന് കാരണമായതും സീയസിനുപകരം ജൂപിറ്റർ (Jupiter) ആയിരുന്നു.

ഇതോടൊപ്പം സൂര്യദേവനുമായി ബന്ധപ്പെട്ട മറ്റൊരു ഗ്രീക്ക് പൗരാണിക കഥകൂടി പറയട്ടെ. ഹിന്ദു പുരാണങ്ങളിൽ കാണുന്ന ചില കഥകളുമായി വളരെയധികം സമാനതയുള്ള ഒരു കഥയാണ് ഇത്. കഥയിലെ നായകൻ ഇകാറസ് (Icarus). അദ്ദേഹം നമ്മുടെ വിശ്വകർമ്മാവിന് തുല്യനായി ഗ്രീക്ക് പൗരാണിക കഥകളിലുള്ള ഡയേഡാലസ് (Daedalus-the master craftsman) ന്റെ മകനായിരുന്നു. ഡയേഡാലസിന് തന്റെ ഭാവനയിൽ രൂപം കൊടുക്കുന്ന എന്തും അല്പസമയത്തിനുള്ളിൽ നിർമ്മിക്കാനുള്ള കഴിവ് ഉണ്ടായിരുന്നു. തന്റെ അനുവാദമില്ലാതെ ഒരു സൗധം പണിതു എന്ന കാരണത്തിന് ക്രീറ്റിലെ (Crete) രാജാവ് അദ്ദേഹത്തെയും മകൻ ഇകാറസിനെയും തടവിലാക്കി. പക്ഷേ അവരങ്ങനെ തടവിൽ അടങ്ങിയിരിക്കുന്നവരായിരുന്നില്ല. തടവറയിലിരുന്നുകൊണ്ട് പക്ഷികളുടെ തൂവലുകളും മെഴുകും ഉപയോഗിച്ച് ചിറകുകൾ നിർമ്മിച്ചു. ആ ചിറകുകൾ ഉപയോഗിച്ച് അവർ രണ്ടുപേരും തടവറയിൽനിന്ന് രക്ഷപ്പെട്ടു. അങ്ങനെ പറന്ന് പുറത്തേക്ക് പോകുമ്പോൾ ഇകാറസിനോട് അദ്ദേഹത്തിന്റെ അച്ഛൻ പറഞ്ഞു.

'മകനേ, ഈ ചിറകുകളുപയോഗിച്ച് പറക്കുമ്പോൾ നാം വളരെ താഴ്ന്ന് ഭൂമിയോട് അടുത്തും അതുപോലെ വളരെ ഉയരത്തിൽ സൂര്യനോട് അടുത്തും പറക്കാൻ പാടില്ല- അങ്ങനെ പറന്നാൽ അപകടം സംഭവിക്കാൻ സാധ്യതയുണ്ട്. പ്രത്യേകിച്ചും ഉയരത്തിലേക്ക് പോകുമ്പോൾ സൂര്യന്റെ കൂടിയ ചൂടുകാരണം നാം ചിറകുകൾ ഉണ്ടാക്കാൻ ഉപയോഗിച്ച മെഴുക് ഉരുകുകയും തന്നിമിത്തം ചിറകുകളുടെ ഉറപ്പ് ഇല്ലാതാകുകയും ചെയ്തെന്ന് വരാം. അതുകൊണ്ട് നീ ശ്രദ്ധിക്കണം.'

'ശരിയച്ഛാ'

പക്ഷേ ഇകാറസിന് തന്റെ സൂര്യനെക്കുറിച്ച് കൂടുതൽ അറിയാനുള്ള ജിജ്ഞാസ കാരണവും, തന്റെ അതിരുകടന്ന ആത്മവിശ്വാസം കാരണവും കൂടുതൽ കൂടുതൽ ഉയരത്തിലേക്ക് പറക്കുവാനും കഴിയുമെങ്കിൽ സൂര്യനെ തന്റെ കൈകൾക്കുള്ളിൽ ഒതുക്കാനും മോഹം തോന്നി. അങ്ങനെ കൂടുതൽ ഉയരത്തിലേക്ക് പറന്ന ഇകാറസിന്റെ ചിറകുകളിലെ മെഴുക് ഉരുകുകയും ഇകാറസ് സമുദ്രത്തിലേക്കുവീണ് മരണപ്പെടുകയും ചെയ്തു. ഈ കഥ വായിക്കുമ്പോൾ നമുക്ക് ഇൻഡ്യയിൽ എവിടെപ്പോയാലും അറിയപ്പെടുന്ന, ഹിന്ദുമതവിശ്വാസികളുടെ പ്രിയങ്കരനായ ഹനുമാൻ

എന്ന ദേവനെ ഓർമ്മവരുന്നില്ലേ. ഹനുമാൻ വായുദേവന്റേയും അഞ്ജന എന്ന അപ്സരസ്ത്രീയുടേയും മകനായി ജനിച്ചു. അദ്ദേഹത്തിന് കുട്ടിക്കാലത്തുതന്നെ അച്ഛനായ വായുദേവനിൽനിന്നും മറ്റു ദേവന്മാരിൽനിന്നും വളരെയധികം ശക്തിയും അനുഗ്രഹവും കിട്ടുകയുണ്ടായി. ഹനുമാൻ കുട്ടിയായിരുന്നകാലത്ത് മുകളിൽ വളരെ ശോഭയോടെ തിളങ്ങിനിന്നിരുന്ന സൂര്യനെക്കണ്ടപ്പോൾ കുട്ടിമനസ്സിൽ ഒരാഗ്രഹം തോന്നി. മറ്റൊന്നുമല്ല; ഒരു പന്തുപോലെ കാണപ്പെട്ട സൂര്യനെ കയ്യിൽ കിട്ടിയാൽ അതുകൊണ്ട് കളിക്കാൻ നല്ല രസമായിരിക്കും എന്നുമാത്രം. (അത് ഒരു പഴമാണെന്ന് തെറ്റിദ്ധരിച്ചുവെന്നും ആ പഴം ഒന്നു രുചിച്ചുനോക്കാൻ ആഗ്രഹിച്ചു എന്ന ഒരു പാഠഭേദവും ഈ കഥയ്ക്കുണ്ട്.) ഹനുമാൻ ഒട്ടും കാത്തുനില്ക്കാതെ സൂര്യനെ പിടിക്കാനായി മേലോട്ട് ചാടി ഉയരത്തിലേക്ക്, സൂര്യന്റെ അടുത്തേക്ക് ഉയർന്നു. അങ്ങനെ ഉയരത്തിലേക്ക് കുതിച്ചുയർന്നുകൊണ്ടിരുന്ന ഹനുമാനെ ഇന്ദ്രദേവൻ കാണാനിടയായി. ഹനുമാൻ സൂര്യനെ കൈക്കുള്ളിലാക്കിയാൽ ഉണ്ടാകാനിടയുള്ള ദുരന്തം എത്ര എത്ര വലുതായിരിക്കുമെന്ന് മനസ്സിലാക്കിയ ഇന്ദ്രൻ സ്വന്തം ആയുധമായ വജ്രായുദ്ധം ഹനുമാന്റെ നേരെ പ്രയോഗിച്ചു. വജ്രായുധത്തിന്റെ പ്രഹരമേറ്റ ഹനുമാൻ ബോധംകെട്ട് ഭൂമിയിലേക്കുതന്നെ വീണു. സ്വന്തം മകൻ അപകടത്തിൽപെട്ട വിവരം മനസ്സിലാക്കിയ

Greek mythology - artists view of Sun's Travel from East to west
(ഇതിഹാസങ്ങളിൽ സൂര്യന്റെ കിഴക്കുനിന്ന് പടിഞ്ഞാറേക്കുള്ള യാത്ര)

Indian mythology - artists view of Sun's Travel from East to West
(ഇന്ത്യൻ ഇതിഹാസങ്ങൾ സൂര്യന്റെ കിഴിക്കുനിന്ന് പടിഞ്ഞറേക്കുള്ള യാത്ര.
ഏഴുകുതിരകൾ മഴവില്ലിലെ ഏഴുനിറങ്ങളെ പ്രതിനിധീകരിക്കുന്നു.

വായുദേവൻ സങ്കടപ്പെട്ട് നിശ്ചലനായി. വായു നിശ്ചലനാകുകയും ഭൂമിയിൽനിന്ന് പിന്മാറുകയും ചെയ്താൽ ഉണ്ടാകാവുന്ന ഭവിഷ്യത്ത് എത്ര വലുതായിരിക്കുമെന്ന് നിങ്ങൾക്ക് ഊഹിക്കാൻ കഴിയുമല്ലോ. അതുകൊണ്ട് മറ്റ് ദേവന്മാരും ഇന്ദ്രനുമെല്ലാം ചേർന്ന് ഹനുമാനെ ശുശ്രൂഷിക്കുകയും വായുദേവനെ സമാധാനിപ്പിക്കുകയും, ഹനുമാന് ദേവന്മാരെല്ലാം അവരുടെ കഴിവിനനുസരിച്ച് കൂടുതൽ ശക്തിനൽകുകയും അനുഗ്രഹിക്കുകയും ചെയ്തു. ആ കഥകളിലേക്കൊന്നും ഇപ്പോൾ കടക്കേണ്ട. പക്ഷേ ഈ കഥകൾ (ഫയിതോണിന്റെയും ഇകാറസിന്റെയും ഹനുമാന്റെയും സൂര്യനെ ബന്ധപ്പെടുത്തിയുള്ള കഥകൾ) വായിക്കുമ്പോൾ അവയിലെല്ലാമുള്ള അന്തർധാര സമാനങ്ങളാണെന്ന്, ഏതാണ്ട് ഒന്നുതന്നെയാണെന്ന് നമുക്ക് മനസ്സിലാകും- ഇല്ലേ.

അനുബന്ധം: ഒളിമ്പിയന്മാരെക്കുറിച്ച് ഇത്രയുമൊക്കെ കാര്യങ്ങൾ മനസ്സിലാക്കിയപ്പോൾ ഈ കാലഘട്ടത്തിൽ ലോകപ്രസിദ്ധമായിത്തീർന്നിരിക്കുന്ന ഒളിമ്പിക്ക് വിളയാട്ട് മത്സരങ്ങളെക്കുറിച്ച് ചില വിവരങ്ങൾ അറിയണ്ടേ.

ഒളിമ്പിക്ക് വിളയാട്ട് മത്സരങ്ങൾ ആരംഭിച്ചത് ഗ്രീസിലെ ഒളിമ്പസ് പർവ്വനിരകളുള്ള സ്ഥലത്ത് ഏതാണ്ട് മൂവായിരം വർഷങ്ങൾക്കുമുമ്പായിരുന്നു എന്ന്- അതായത് ഗ്രീക്കു പൗരാണികസാഹിത്യത്തിലെ ഒളിമ്പിയൻമാർ തുടങ്ങിയതാണെന്ന്, കരുതപ്പെടുന്നു. ചില രേഖാമൂലമായ തെളിവുകൾ കാണിക്കുന്നത് 776 ബിസിയിൽ (അതായത് 2022+776=2798 വർഷങ്ങൾക്കുമുമ്പുതന്നെ) ഈ മത്സരങ്ങൾ നിലവിലുണ്ടായിരുന്നു എന്നാണ്. പക്ഷെ 393 ൽ അന്നത്തെ രാജാവിന്റെ കല്പനപ്രകാരം മത്സരങ്ങൾ നിർത്തിവെയ്ക്കേണ്ടിവന്നു. പിന്നീട് ആ രീതിയിലുള്ള മത്സരങ്ങൾ പുനരാരംഭിക്കുക എന്ന ആശയം മുന്നോട്ടുവെച്ചത് 1894 ൽ പെരെ ദ കോബോർട്ടിൻ (Pierre de coubertin) എന്ന ഫ്രഞ്ച് പൗരനാണ്. അദ്ദേഹം വിളിച്ചുകൂട്ടിയ 34 നാടുകളിലെ പ്രമുഖന്മാർ അദ്ദേഹം മുന്നോട്ടുവെച്ച ആശയത്തെ സ്വാഗതം ചെയ്യുകയും ഒരു ഇന്റർനാഷണൽ ഒളിമ്പിക്സ് കമ്മറ്റി - IOC ക്ക് രൂപം കൊടുക്കുകയും ചെയ്തു. ആ കമ്മറ്റിയുടെ നേതൃത്വത്തിലാണ് ഇപ്പോൾ ഒളിമ്പിക്സ്. 1986 IOC യുടെ നേതൃത്വത്തിലാണ് ഒളിമ്പിക്സ് മത്സരങ്ങൾ നടത്തുന്നത്. മത്സരങ്ങൾക്കുമുമ്പ് സത്യവാചകം (പ്രതിജ്ഞ) എടുക്കുന്ന പതിവ് 1920 ലാണ് തുടങ്ങിയത്. അതുപോലെ ഒളിമ്പിക്സ് ദീപശിഖയുടെ ആരംഭം കുറിച്ചത് 1928 ൽ ആംസ്റ്റർഡാം (Amsterdam) നഗരത്തിലാണെങ്കിലും, ഇന്നത്തെ രീതിയിലുള്ള ദീപശിഖ 1936ൽ ബെർലിനിലാണ് (Berlin) ഉപയോഗിച്ചുതുടങ്ങിയത്. നാലു വർഷങ്ങൾ ഇടവിട്ട് നടത്തുന്ന ഒളിമ്പിക്സ് വിളയാട്ടു മത്സരങ്ങളിൽ പങ്കെടുക്കുക എന്നതും മത്സരങ്ങളിൽ വിജയം കൈവരിക്കുക എന്നതും ഓരോ രാഷ്ട്രവും തങ്ങളുടെ രാഷ്ട്രത്തിന്റെ അഭിമാനമായി കരുതുന്നു.